கருக்கு

ஆசிரியரின் பிற நூல்கள்

- சங்கதி (நாவல், 1994)
- கிசும்புக்காரன் (சிறுகதை, 1996)
- வன்மம் (நாவல், 2002)
- ஒரு தாத்தாவும் எருமையும் (சிறுகதை, 2003)
- கொண்டாட்டம் (சிறுகதைகள், 2009)
- மனுசி (நாவல், 2012)

கருக்கு

பாமா (பி. 1958)

பிறந்த ஊர் விருதுநகர் மாவட்டத்திலுள்ள வ.புதுப்பட்டி. அப்பா இரா. சூசைராஜ். இந்திய ராணுவத்தில் பணியாற்றியவர். அம்மா செபஸ்தியம்மா கூலி வேலை செய்தார். ஆரம்பக் கல்வி புதுப்பட்டியில். தூத்துக்குடியில் கல்லூரிப் படிப்பை முடித்துவிட்டு மதுரையில் ஆசிரியர் பயிற்சிபெற்று பத்து ஆண்டுகள் பள்ளிகளில் பணியாற்றினார். பின்னர் துறவற மடத்தில் ஏழு ஆண்டுகள் கன்னியாஸ்திரியாக இருந்தார். 1992இல் துறவற மடத்தைவிட்டு வெளியேறி 'கருக்கு' நாவலை எழுதினார்.

கிராஸ்வேர்ட் விருதும் (2000) அமுதன் அடிகள் இலக்கியப் பரிசும் (2003) பெற்றுள்ளார். பாரிஸ் புத்தகத் திருவிழா (2002) சிங்கப்பூர் எழுத்தாளர் திருவிழா (2005), வாஷிங்டன் மேக்ஸிமம் இந்தியா விழா (2011) முதலிய பண்பாட்டு நிகழ்வுகளில் கலந்துகொண்டுள்ளார்.

பாமா

கருக்கு

காலச்சுவடு பதிப்பகம்

கருக்கு ❖ நாவல் ❖ ஆசிரியர்: பாமா ❖ © பாமா ❖ முதல் பதிப்பு: ஆகஸ்ட் 1992 ❖ காலச்சுவடு முதல் பதிப்பு: டிசம்பர் 2014, பதினொன்றாம் பதிப்பு: ஜூலை 2022 ❖ வெளியீடு: காலச்சுவடு பப்ளிகேஷன்ஸ் (பி) லிட்., 669 கே.பி. சாலை, நாகர்கோவில் 629001

karukku ❖ Novel ❖ Author: Bama ❖ © Bama ❖ Language: Tamil ❖ First Edition: August 1992 ❖ Kalachuvadu First Edition: December 2014, Eleventh Edition: July 2022 ❖ Size: Demy 1 x 8 ❖ Paper: 18.6 kg maplitho ❖ Pages: 120

Published by Kalachuvadu Publications Pvt. Ltd., 669 K.P. Road, Nagercoil 629001, India ❖ Phone: 91-4652-278525 ❖ e-mail: publications@kalachuvadu.com ❖ Printed at Mani Offset, Chennai 600077

ISBN: 978-93-82033-92-9

07/2021/S.No. 626, kcp 3704, 18.6 (11) 9ss

வாழ்க்கையின்
தத்துவங்களை
எளிமையை
அழகைப்
புரிந்துகொள்ளவைத்த
என் பாட்டிக்கும் அம்மாவுக்கும்

முன்னுரை

பனங்கருக்கால் அறுபடுவது போல் வாழ்க்கை அமைந்துவிடும்போது அது வாழ்க்கையின் குறியீடாகிவிடுவது இயல்புதான். 'கருக்கு' புத்தகத்தைப் படிப்பதற்கு முன் கருக்கு என்ற சொல் புதுக் கருக்கு என்று நாம் கூறும் பொலிவைக் குறிக்கிறது அல்லது விடிவதற்கு முன் உள்ள கருக்கலைக் குறிக்கிறது என்றுதான் நினைத்திருந்தேன். பனங்கருக்கைத் தொட்டிருந்தால் தானே அது இரு பக்கமும் ரம்பம் போல் அறுக்கும் கத்தி போன்றது என்று தெரியும்? பிறகு ஒரு முறை கிராமம் ஒன்றிற்குப் போனபோது பனங்கருக்கைத் தொட்டுப் பார்த்தேன். சட்டென்று விரலைக் கீறி விட்டது. ரத்தம் வந்தது. வலிக்கவும் செய்தது. பனங்கருக்குடன் குழந்தையில் விளையாடியவர் பாமா. முதலில் அவர் வாழ்க்கையில் குழந்தைப் பருவத்தில் பனங்கருக்கு விரலைக் குத்தியது. பிறகு பனங்கருக்கு போன்ற வாழ்க்கை நிகழ்வுகள் அவர் நெஞ்சைக் குத்தின. அதனால்தான் தன் வாழ்க்கையைப் பற்றி எழுதும்போது கருக்கு என்ற பெயர் அதற்குப் பொருந்தும் என்று நினைத்ததாக பாமா கூறுகிறார். ஒன்பது அத்தியாயங்களும் ஒன்பது வகையாக நம்மைக் கீறுகின்றன. ஒன்பதாயிரம் வகைகளில் கீறின இடத்தையே மீண்டும்மீண்டும் குத்துகின்றன. முன்னும் பின்னும் ரம்பத்தின் அசைவுபோல் நகர்ந்தபடி இருக்கும் கதைப்போக்கு.

மழைக் காலத்தில் நிறைந்து வழியும் கம்மாயும், அதில் மீன் பிடிப்பதும் குழாயடிச் சண்டையும் என ஆரம்பித்த பின் சுருக்கென்று ஒரு கீறல் சாதித்

தெருக்கள் பற்றிச் சொல்லும்போதும், போஸ்டாபீஸ், பஞ் சாயத்து போர்டு, பால் பண்ணை, பெரிய கடைகள், கோவில், பள்ளிக்கூடம் எல்லாம் "அவங்க" தெருக்களில்தான் என்று சாதாரணமாகக் குறிப்பிடும்போதும், நாயக்கர்மாருக்குச் சேவகம் செய்யும் பாட்டிகளைப் பற்றிச் சொல்லும்போதும், நாயக்கர் வீட்டுச் சிறு குழந்தைகள்கூட பாட்டிகளைப் பேரிட்டு அழைப்பதைக் குறிப்பிடும்போதும். மூன்றாம் வகுப்பு வரை தீண்டாமை என்னவென்று தெரிவதில்லை. பிறகு அது துரத்தும் நாகமாய் விரட்டுகிறது. பள்ளியிலும் கல்லூரியிலும் கிறிஸ்துவ சபையிலும் விதம்விதமாகப் படமெடுக்கிறது. பள்ளியில் எல்லாரும் விளையாடி ஒரு பிஞ்சுத் தேங்காய் விழுந்தாலும் தாழ்த்தப்பட்ட சாதிப் பெண்ணுக்குத்தான் திருட்டுப் பட்டம் கிடைக்கிறது. அந்தச் சாதிப் பெண் ஆரோக்கியமாக இருந்தாலும் திட்டு விழுகிறது பள்ளியில் போடும் சாப்பாட்டைத் தின்று பருத்துப்போனவள் என்று. பள்ளியில் நன்றாகப் படித்தாலும் பொதுச் சபையில் சாதிப் பெயரிட்டுத்தான் அழைப்பு. பலர் படிக்கும் கல்லூரியிலும் பிற்படுத்தப்பட்டோருக்குச் சாயந்திர ஸ்பெஷல் ட்யூஷனுக்காக அரிஜனப் பிள்ளைகளை எழுந்து நிற்கச் சொல்லும் அவமானங்கள், வீட்டில் தம்பி தங்கச்சிகள் புது நன்மை வாங்குவதால் வீட்டுக்குப் போக உத்தரவு கேட்கும்போது அது மறுக்கப்படுகிறது, "ஒங்க சாதில என்னத்தப் பெரிசா புது நன்மை வாங்குறதை எல்லாம் கொண்டாடப் போறாங்க?" என்ற விமர்சனத்தோடு. ஆசிரியர் படிப்பு, ஆசிரியராகச் சேரும் ஒரு மடத்துப் பள்ளிக்கூடம் எதிலுமே சாதிப் பேச்சு இல்லாமல் இல்லை. தன் சமூகப் பிள்ளைகளுக்கு உதவ வேண்டும் என்ற ஆசையில் திருச்சபையில் கன்யாஸ்திரியாகச் சேர்ந்த போது சில சபைகளில் அரிஜனர்களைச் சேர்ப்பதில்லை என்ற அதிர்ச்சியளிக்கும் தகவல் கிடைக்கிறது. எல்லாம் முடிந்து ஒரு கன்னியர் மடத்தில் சேர்ந்த பின்னும் சுற்றிலும் சாதித் திமிர் பிடித்தவர்கள். தன் சாதியைச் சொல்லும் தைரியம் கூட இல்லாமல் போகிறது. கோபமும் தாபமும் மனத்தினுள் பெருகியவண்ணம் நாட்கள் ஓடுகின்றன. பிறகு மடத்திலிருந்து வெளியேற்றம்.

தன் கதையைக் கூற நினைக்கும்போது இந்த அத்தனை நிகழ்வுகளையும் மீண்டும்மீண்டும் மனம் நினைக்கிறது. முதலில் மறந்தது பின்னால் நினைவுக்கு வருகிறது. ஓயாது உழைத்த அம்மாவும் பாட்டிகளும் நினைவுக்கு வருகிறார்கள். செய்த வேலைகள் பற்றி நினைக்கத் தோன்றுகிறது. காட்டு வேலை, கடலை பிடுங்கி ஆயும் வேலை, நாயக்கமார் வீடுகளுக்குப் போய் கடலை உடைக்கும் வேலை, ஈராங்காய் பொறுக்க, முள்ளுப்

பொறுக்கப்போனது, விடிகாலையில் எழுந்து மலங்காட்டுக்குள் போய் முட்கள் கீறுவதைப் பொருட்படுத்தாமல் காய்ந்த விறகைப் பொறுக்கிக் கட்டிக்கொண்டுவந்தது, காடருக்குத் தந்த நாலணா லஞ்சம் இவை எல்லாம் மனத்தில் தோன்ற கூடவே ஒரு முறை விறகுக்கட்டைக் கொண்டுவந்துவிட்டு, வீட்டுச் சுவரில் ஊன்றிக்கொண்டபடி ரத்தரத்தமாய் அம்மா வாந்தி எடுத்தது நினைவுக்கு வருகிறது. பத்தாவது பரீட்சை முடிந்து வந்தபின் அம்மாவுடன் நாயக்கமார் தெருவிலிருந்து மாவிறகு பொறுக்கி, கட்டிச் சுமந்து வந்தது நினைவுக்கு வருகிறது. நாயக்கமார் தெருவிலிருந்து அவர்கள் தெருவுக்கு வர நாடாக்கமார், தேவர்மார் தெருக்களைத் தாண்டி செக்கடி பஜார் தெரு வழியாக வந்தது ஞாபகம் வருகிறது. பேருந்தில் பயணம் செய்தபோது பக்கத்தில் அமர மற்றவர்கள் மறுத்ததும், தீப்பெட்டி ஒட்டும் வேலையும் பட்டாசு வேலையும் செய்யும் குழந்தைகள் விடிகாலையில் எழுந்துபோகும் தோற்றமும் மனத்தில் எழும்பி வருகின்றன.

சாதிச் சண்டைகளும், போலீஸ்காரர்கள் தெருக்களில் புகுந்து ஆண்களைப் பிடித்துக்கொண்டு போவதும், பெண்கள் எல்லாவற்றையும் சமாளிப்பதும், ஆண்கள் காடு மலைகளில் மறைந்துகொள்ளும்போது அவர்களுக்கு ரகசியமாகச் சாப்பாடு எடுத்துப்போவதும், ஒரு குழந்தையின் சாவு நேரும்போது ஒளிந்திருக்கும் தந்தையை முக்காடு போட்டு ஒரு பெண்ணாய் வந்து பிள்ளை முகத்தைப் பார்க்க வைப்பதற்கான யோசனையைச் சொல்லி அதைச் செய்துகாட்டும் பாமாவின் பாட்டியும் நினைவுக்கு வரும்போதே ஈஸ்டர் கிறிஸ்மஸ் பண்டிகைக் கொண்டாட்டங்களும் மைக் செட்காரர் போட்ட பாடல்களும் அந்த நினைவுகளுடன் கலந்துபோகின்றன. "தெருவில் வாராறே, தெருவில் வாராறே – சேசு தேரில் வாராறே" என்று பாடியபடி பெண்கள் கும்மியிட்டதும் மனத்தில் வந்துபோகிறது. பட்டாளத்தில் இருக்கும் அப்பா வீட்டில் இல்லாதபோது சாப்பிட்ட குருநாக் கஞ்சியும், கருவாட்டுத் தண்ணியும், ரவைச் சோறும் கூழும் கூழுடன் கடித்துக்கொள்ள வெங்காயம், வேர்க்கடலை, அச்சு வெல்லம், பச்சை மிளகாய், கையில் பணம் இருந்தால் பொரிகடலைத் துவையல், நாடார் கடையில் விற்கும் ஊறுகாய், முதலாளிகள் வீட்டிலிருந்து கொண்டுவரும் கத்தரிக்காய் மிளகாய் எல்லாம் போட்டுச் செய்த கடுச்சகீரை இவற்றை நினைக்கும்போது அவர் பட்டாளத்திலிருந்து வரும்போது சாப்பிட்ட நல்ல சாப்பாடும் நாக்கை ஊறவைக்கிறது. ஞாயிற்றுக் கிழமைகளில் மதியத்தில் கூழுடன் மசாலா இல்லாமல் உப்பு போட்டு வேகவைத்த மாட்டுக்கறியும் இரவுச் சோறும் மாட்டுக்கறிக்

குழம்பும். அப்பா இல்லாத நாட்களில் குழந்தைகளை எப்படியோ கூழோ சோறோ கேப்பங்களியோ வேகவைத்த முருங்கைக் கீரையோ வைத்துப் பசியாற்றும் அம்மா. சிலேபிக்கெண்டையும் கெண்டை மீனும் மலிவாகக் கிடைக்கும் நாட்களில் மீன் குழம்பும் சோறும். இந்தச் சாப்பாட்டை நினைக்கும்போது மடத்தில் கன்யாஸ்திரிகள் வறுமையாக வாழ்வோம் என்று வார்த்தைப்பாடு எடுத்தாலும் மடத்தினுள் வறுமையின் சுவடே இல்லாமல் பழங்களும் கறியும் மீனும் மட்டனும் சாப்பிடும் காட்சிக்கு மனம் தாவுகிறது.

அத்தனையும் மனத்தில் முன்பின்னாகக் கலந்துபோன மனநிலையில் அவை சீராகவும் சிதறியும், கோவையாகவும் கோவையற்றும், சீற்றமாகவும் கண்ணீராகவும் பொங்கிவரும் பிரதிதான் கருக்கு. கருக்கு வெறும் நாவலல்ல; அது பாமாவின் வாழ்க்கையின் பின்னோக்கிப் பார்க்கும் ஒரு கட்டம். ஆதரவற்று, எதிர்காலம் என்னவென்று தெரியாத, புரியாத ஒரு கட்டத்தில் தன்னை, தன் மக்களை, தன் சமூகத்தை நினைத்துப்பார்க்கும் முயற்சி. 1992இல் இது வெளிவந்தபோது புனைகதை படைக்கும் பலரை இது உலுக்கிப்போட்டது. தமிழ்நாட்டுப் பெண்களின் சமூகச் சரித்திரத்தைக் குறித்து ஆராய்ச்சி செய்து எழுதிக்கொண்டிருந்த நான் எழுதுவதை நிறுத்திவிட்டு விடுபட்டுப்போனவற்றைத் தேடத் தொடங்கினேன். 1989இல் வெளிவந்த சிவகாமியின் ‘பழையன கழிதலும்’ இந்தத் தேடலுக்கான வெளியைத் திறந்திருந்தாலும் ‘கருக்கு’ அந்த வெளியின் மேடுபள்ளங்களை, அதில் உள்ள கற்களை, முட்களை, தாண்ட முடியாத பெரும் பாறாங்கற்களை, அதிலுள்ள புனல்களை, கால் ஊன்ற முடியாத சகதிப் பகுதிகளை, புதைகுழிகளை, சோற்றின் மணத்தை, மலத்தின் நாற்றத்தை ஆங்காரத்துடன் தீட்டப்பட்ட ஒரு கலவை ஓவியமாகக் காட்டியது.

‘கருக்கு’ வந்தபின் பல நேசக்கரங்களும் நட்புக்கரங்களும் நீண்டன. ஆனால் பாமா எல்லாரிடமிருந்தும் விலகியே இருந்தார் பல ஆண்டுகள். அவர் என்னைத் தன் தோழியாகக் கருதப் பல ஆண்டுகளாயின. அத்தனை ஆண்டுகளும் அவருக்குத் தேவை என்பதை நானும் உணர்ந்து காத்திருந்தேன் அவர் நட்புக்காக. பெண் எழுத்தாளர்கள் கலந்துகொண்ட கருத்தரங்கு ஒன்றில் எல்லா நாட்களும் இருவரும் அருகருகில் அமர்ந்து பலதைப் பேசினோம். நான் ஏதோ எழுதிக் காட்டியபோது “சரி குருவி” என்று பதிலளித்தார் என் ஸ்பாரோ நிறுவனத்தின் பெயருடன் என்னை இணைத்து. பிறகு அவர் என் வீட்டுக்கு வந்து தங்கினார் ஒரு நாள். அவர் வீட்டுக்குச் சென்றேன் நான் அவர் அழைத்ததும். இப்படியாக உருவான எங்கள் நட்பு இந்தச்

செவ்வியல் பதிப்புக்கான முன்னுரையை நான் எழுதுவது வரை வந்துள்ளது.

செவ்வியல் பண்புகளைக் கொண்ட ‘கருக்கு’ செவ்வியல் பதிப்பாக ஒவ்வொரு தசாப்தத்திலும் வெளிவர வேண்டும் என்றே நான் கருதுகிறேன். காரணம் நாம் சரித்திரத்தை வெகு வேகமாக மறப்பவர்கள். குறிப்பிட்டுச் சொன்னால் தலித்துகளின் வாழ்க்கைச் சரித்திரங்களையும், பெண்கள் வாழ்க்கைப் போராட்டங்களையும் மறப்பது நமக்கு எளிதாக இருக்கிறது. அப்படி எளிதாக்கிக்கொள்வது நமக்கு வசதியாக இருக்கிறது. மனத்தைக் குத்துபவற்றை அவை இல்லாதவைபோல் பாவனை செய்துகொண்டு இருப்பவர்களின் நிம்மதியான தூக்கத்தைக் கெடுக்க, அவர்களை முட்டிமுட்டித் தொல்லை தர, அவர்களின் தடித்துப்போன தோல்களைக் கீறிவிடக் கருக்கு தேவைப்படுகிறது. உருவகமாகவும் புத்தகமாகவும்.

மும்பை **அம்பை**

25 நவம்பர் 2014

1

எங்க ஊரு ரொம்ப அழகான ஊரு. ரொம்பப் பெரிய முன்னேத்தமோ, எதுவுமோ இல்லன்னாகூட அதோட அழக வச்சுத்தான் எனக்கு அத ரொம்பப் புடிக்கும். சின்ன ஊருதானாலும் இங்க பல சாதி மக்க குடியிருக்காக. சாதிசனத்தப்பத்திச் சொல்றதுக்கு முன்ன ஊரப் பத்தி நெறய்ய சொல்ல வேண்டியது இருக்குது.

ஊரைச்சுத்தி வருசயா மலைகதா இருக்குது. பாக்குதுக்கு அழகா இருக்கும். அத மேக்குத்தொடர்ச்சி மலைன்னு சொல்றாக. இந்த மலைகளுக்கு பேர் கூட வச்சிருக்காக. ஒன்ன மரக்காப்பூச்சி மலங்கிறாங்க. இந்த மல பாக்கிறதுக்கு நெல்லு அம்பாரங்கெனக்கா இருக்குது. மல உச்சில ஒரு கல்லு மரக்காமாறி நிக்குது. அதுனாலதா இந்த மலைக்கு மரக்காப்பூச்சி மலன்னு பேரு.

இன்னொரு மல மேல பெருமாள்சாமி கோயில் இருக்குது. நாய்க்கமாருக கும்புடுற கோயிலு. அதச் சுத்தி நாய்க்கமாருக காடுக இருக்குது. இந்த மலைக்குப் பெருமாறன்னு பேரு. காடுகள பெருமாறக் காடுகம்பாக.

இன்னும் நெறய்ய நரிப்பாற, வண்ணாம்பாற, வட்டுலு வித்தாம்பாறன்னு அங்கங்கே இருக்குது. நரிப்பாறையில முன்னாடி நரிக்காடுக வதியளிஞ்சு கெடக்குமாம். அங்ன இருந்துக்கிட்டு சுத்திலாப்ட வெள்ளாமை வெளச்சல்கள அழிமாண்டஞ் செய்யுமாம். இப்ப அம்புட்டு சாஸ்தி இல்லயாம். வண்ணாம்பாறையில ஒரு ஊருணி இருக்காம்.

முந்தி வண்ணாப்பெயக அங்க வெள்ளாவிபோட்டு துணிமணி வெளுப்பானுகளாம். இப்ப அம்புட்டு தொலவட்டுக்குப் போறதில்ல. வட்லு வித்த நாய்க்கரு காடு அங்ன இருக்குறதுனால, அதுக்கு வட்லுவித்தாம் பாறன்னு பேராம். சுத்தி இருக்குற இந்த மலகதான் ஊருக்குப் பார்டரு குடுத்தமாறி நிக்கிதுக.

வெவசாயந்தா முக்கியமான வேல. காட்டு வேல இல்லாமப் போனா மலங்காட்டுச்செம வெறகு பெறக்கிட்டு வந்து வித்து பொழப்பு நடத்துவாக. மேச்சாதி ஆளுகளுக்கு இந்த செரமம் ஒன்னுங் கெடயாது. வயலுவரப்பு வச்சு, அதுல கெணறுகவெட்டி, பம்புசெட்டு போட்டுகிட்டு வருசம்பூரா வெவசாயம் பண்ணிக்கிட்டு வீட்ல இருந்துக்கிட்டு தின்னு சொகப் படுவாக. கெணறுக தவர ஏகப்பட்ட கொளங்களும் இருக்குது.

மழச்சீசன்ல ஊரு இன்னும் அழகு சவுந்தர்யமா இருக்கும். மழத்தண்ணி மலைகள்ள உருண்டு ஓடியாந்து ஊரச்சுத்தி இருக்குற ஓடைக வழியா தண்ணி ரொம்பி ஓடும். அப்பயெல்லாம் ஓடக்காட்டுகள்ள மீனு புடிக்கலாம். இந்த தண்ணி பூரா கொளத்துகள்ள போய் சேந்துரும். அத வச்சும் வெள்ளாம செய்வாக.

மேக்கருந்து எடுத்துக்கிட்டா வருசயா தாமரக்கொளம், பாதுராங்கொளம், சீவநெரிக்கம்மா, ஐயர் கொளம், பெரியகொளம், போதர் கொளம், வில்ராங் கொளம்னு வருசைக்க கொளந்தான். எங்க தெருவுக்கிட்ட இருக்குற கம்மாய்க்கு ரெண்டுபேராம். எங்க பக்கத்துல இருக்குறதுக்கு அனுப்பாங்கொளம்னு பேரு. அங்குட்டு இருக்குறதுக்கு வத்ராங்கொளம்னு பேரு.

மழகிழ பேஞ்சு பெரிய கொளம் நெறஞ்சுபோனா, எங்க கம்மாவும் ரொம்பிரும். கம்மாயில தண்ணி ரொம்பிக் கெடக்கயில கர வழி நடந்து போனா நல்லா இருக்கும். தண்ணி நெறய்யா இருந்தா கலுங்கல்ல மட்டத்த புடுங்கி உட்டு மட்டந்தட்ட வப்பாக. தண்ணி மட்டந்தட்டும்போது பானச் சாறு போட்டு எக்கச்சக்கமா மீனு புடிப்பாக. அப்பப்பாத்தா தெருக்காடெல்லாம் மீனா வதியளியும். செலேபிக்கெண்ட, பாம்புக்கெண்ட, கெளுத்தி, அயிர, கொறவ, வெராலு, இப்படி பல தினுசுல்ல மீனுக விப்பாக. எங்க தெருவுகள்ள அநேகமா செலேபிக் கெண்டயும், பாம்புக் கெண்டயுந்தான் சாஸ்தி வாங்கி கொழம்பு வப்போம். ஏன்னா இதுதான் சீப்பா கெடைக்கும். அயிர, கெளுத்தி, வெராலு மீனுகள்ளாம் மேச்சாதி ஆளுக வாங்கித் திம்பாக. அம்புட்டு வெல குடுத்து எங்காளுக வாங்கித் திங்க முடியாது.

கம்மா பெருகிக் கெடக்கயில கம்மாக்கர ஆலமரத்து நெழல்ல சனங்க ஒக்காந்து பழம பேசிக்கிட்டு இருப்பாக. குளுகுளுன்னு காத்து அங்ன கடல்காத்து மாறி வரும். சொகம்மா இருக்கும். அப்படியே ஒறக்கம் கண்ண சொக்கிட்டு வரும். காத்துக்குக் கம்மாத்தண்ணி அலகெணக்கா அசஞ்சிகிட்டு பார்க்க அழகா இருக்கும். கரையில நின்னுக்கிட்டே, தண்ணிக்குள்ள தவ்வுற மீனுகளப் பார்க்கலாம். வெயிலுக்கு அதுக்குமா பளுச் பளுச்சுன்னு மீனுக எம்பித் தவ்வும். தண்ணிப் பாம்புகளும் தலயத் தூக்கிகிட்டு பாக்கும். பெயல்க கல்லக்கொண்டி பாம்ப எறிவானுக. படக்குன்னு தண்ணிக்குள்ள ஓடிப்போகும்.

கம்மாய குத்தக எடுத்தவனுக கஞ்சி கிஞ்சி குடிக்கப் போயிட்டா சிறுசும் பெருசுமா தூண்டிவச்சு மீனு புடிப்பானுக. குப்பக்காட்டுகள தோண்டி மண்புழு எடுத்துக்கிட்டு தூண்டில வச்சு போட்டா மீனு நல்லா உளும். பெறகு புடுச்ச மீனுகள கரையிலேயே கூளத்தப்போட்டு பத்தவச்சு சுட்டுத்திம்பானுக. நல்லா ருசியா இருக்கும். கம்மாக் காவக்காரங் கண்ணுல பட்டா அம்புட்டுத்தான். புடுச்ச மீனுகளையும் புடுங்கிக்குவான். தூண்டிக்கட்டையையும் ஒடிச்சு போட்டுருவான்.

சின்னப் பிள்ளைக பூரா மத்தியான சுடுவெயிலுக்குள்ள, கம்மாத் தண்ணிக்குள்ள கெடந்து தவக்கா கெனக்கா வெளாண்டுட்டு கெடக்குங்க. தத்தக்காப் புத்தக்கான்னு அதுல நீச்சலடிக்கப் பழகிக்குங்க. பக்கத்துலய எரும மாடுகளுஞ் சொகம்மா படுத்துக் கெடக்கும். செல குசும்புக்கார பெயல்க எரும முதுகுல ஏறி ஒக்காந்துக்கிட்டே நடுக்கம்மா வரயிலகூட போயிட்டு வருவானுக. நேத்துப்பெறந்த விடுக்குகூட அம்மணக்குண்டியா கம்மாத்தண்ணிக்குள்ள வெளாண்டுட்டு கெடக்கும்.

கம்மாய்க்குள்ள ஒரு ஊருணி இருக்குது. ஊருணிக்கரையுலயும் ஆலமரங்க இருக்குது. கம்மாயுல தண்ணி வத்துனாலும் ஊருணிக்குள்ள தண்ணி கெடக்கும். கம்மா வத்தும்போது அங்க வெள்ளரிக்கா, கம்பு, சோளம் இப்படி ஏதாச்சும் வெதச்சு வெளயவப்பாக. கம்மாய்க்குள்ள போய் வெள்ளரிக்கா புடுங்கித் தின்னா வெயிலுக்கு அதுக்கும் தவுச்ச நாக்குக்கு நல்லா இருக்கும். களவாண்டு திங்குறதுல்ல ஒரு தனிருசிதான்.

விடியங்காட்டியும் சாயங்காலமும் கெழக்கயும், மேற்கயும் சூரியனைப்பாத்தா அழகா இருக்கும். காலைல ஓடைக்குக் கொல்லைக்கு போம்போது கெழக்க சூரியன் ரவுண்டா செக்கச் செவேர்னு எந்துருச்சு மேலாம மானத்துல வரும். மரங்களுக்கு எடயில எட்டிப்பார்த்துக்கிட்டு தகதகன்னு ஒளி அடுச்சுக்கிட்டு வரும். அதுமாறித்தான் மசங்குற நேரத்துலயும், மலைகளுக்கு எடயில போய் சூரியன் உளும்போது வயக்காடு

பூரா மஞ்சேர்னு மினுங்கும். வயக்காட்டுச்செம தென்றல்காத்து சிலு சிலுன்னு அடிக்கும். பயிர்கபூரா மினுங்கிக்கிட்டு காத்துல ஆடுறது மனசுக்குச் சந்தோசமா இருக்கும். மேற்காம திரும்பி ஒளியடிக்குறதப் பாத்தா கடவுளே காச்சி அளிக்குற மாறி இருக்கும். அந்நியாரந்தான் கொக்கு, காக்கா, குருவிகள்ளாம் கெழக்காம அதது கூட்டுகளுக்குப் பறந்து வருங்க.

ஊருக்கு மேற்க மண்டவம்னு ஒரு எடமிருக்கு. அங்ன பாழடஞ்ச மண்டவமொன்னு இருக்கு. அங்னதான் முனியப்பசாமி கோயில் இருக்குது. எங்க தெருவுல இருந்து இது ரொம்ப தூரந்தான். வயுத்துப் பொழப்புக்காக அஞ்சாறுமைல் தொலவுல இருக்குற இந்த மண்டவ காட்டுக்கெல்லாம் சனங்க வேலவெட்டிக்குப் போகுங்க. அங்ன இருக்குற முனியப்பசாமிக் கோயில்ல இந்துக்க வருசத்துக்கொரு தடவ பொங்க வச்சு காணிக்க போடுங்க. எங்க ஊர்ல வடக்குத் தெருவுல இருக்குற பொந்தங்குற ஆளு அங்கபோய் காணிக்கத்துட்டக் களவாண்டுட்டு, கெட்டிக் கெடந்த மணியையும் அவுத்துட்டு வந்துட்டாராம். களவுன்னா செமகளவு செய்வாராம். போயும் போயும் முனியாண்டி கோயில்ல போயா களவாங்குறதுன்னு பேசிக்கிட்டாக.

அன்னையலர்ந்து ராத்திரியாச்சுன்னா முனியாண்டிசாமி கையுல தீப்பந்தத்தோட எங்க தெரு நாராசத்து வழியா கோவத்தோட நடந்துச்சாம். ஏங்கோயில் மணியக்கெட்டு, ஏங்காணிக்கத் துட்டப் போடு. இல்லன்னா இந்த தெருவப் பூராஞ் சுட்டுப் பொசுக்கிடுவேன்னே சொல்லிக்கிட்டு அலஞ் சிருக்கு. இப்பிடி நெறய்யப்பேரு கண்ணுல தெம்பட்டுருக்கு. ஒருத்தருக்கும் ஒன்னும் வெளங்கலயாம். பெறகு விசாரிச்சுப் பாத்தா பொந்தனோட அய்யா சவரிநாயகம் தாத்தா நடந்த வெசயத்த ஊர்ல சொல்லி இருக்காரு. எல்லாருஞ் சேத்து பொந்தனப்போயி திரும்ப மணியக் கெட்டிட்டு, துட்டப் போட்டுட்டு வரச் சொன்னாகளாம். அவனும் சிலுவக்குறி போட்ட மேனிக்கா மண்டவம்போயி மணியக் கெட்டிட்டு, எடுத்த துட்டப்போட்டுட்டு வந்துட்டானாம். அதுக்குப் பெறகு அந்தப் பேய்க் கண்டாரளி எங்க தெருப்பக்கமே வரலையாம்.

இந்த மாமா பொந்தனப்பத்தி இன்னும் நெறய்ய கதகதயா சொல்வாக. சம்சாரிக தோப்பு தொரவுல எலுமிச்சங்கா, மாங்க, தேங்கான்னு களவாண்டு விக்கறதுதான் இவருக்குப் பொழப்பு. அப்பிடி ஒரு தடவ தென்னமரத்துல தேங்கா புடுங்க நடுச்சாமத்துல ஏறி இருக்காரு. இவரு கீழாம இருந்து மேலாம ஏறுனா, மேலாம இருந்து கரேர்னு ஒரு உருவம் கீழாம எறங்குச்சாம். என்னடா இதுன்னு யோசிக்கையுல சட்டுன்னு புருஞ்சுப்போச்சாம். சே, பேய்க் கழுதயில இப்பிடி ஏமாத்துதின்னு சொல்லி சரசரன்னு எறங்கி வேற தோப்புக்குப் போயிட்டாராம்.

இன்னொரு நாளு நல்லா ஒரு குட்டிச் சாக்கு நெறய்ய மாங்கா புடுங்கிங்கிட்டு வார நேரத்துல காவக்காரென் வந்துட்டானாம். தப்பிக்க வேற வழி இல்லாம பக்கத்துல இருந்த கெணத்துக்குள்ள மூட்டையோட குதிச்சு மூட்டைய தண்ணிக்குள்ள அமுக்கிக்கிட்டே நேரத்தக் கடத்தி இருக்காரு. "வெயிலுக்குப் பயந்து வெந்நிப் பானைக்குள்ள உளுந்த கதையா" கெணத்துக்குள்ள ஒரு நல்ல பாம்பு படமெடுத்துக்கிட்டு இவர கொத்த வந்துருக்கு. உஸ் உஸ்னு அப்பிடிச் சத்தமாம். இருட்டா வேற இருந்துருக்கு. எப்பிடியோ காவக்காரென் அங்குட்டு நகர்ர வரைக்கும் சமாளிச்சு நல்ல பாம்புக்கு ஆட்டங்காட்டிட்டு மூட்டையோட வீட்டுக்கு வந்துட்டாராம்.

ஒரு தடவ களவாங்கப்போன எடத்துல காலு கட்டவெரல பாத்து பாம்பு கடுச்சுருக்கு. பாம்புன்னா சாதாரணப் பாம்பில்ல. கருநாகமாம் வேறொருத்தர்னா அங்னய பயந்து கழுஞ்சு செத்துருப்பான். இவரு ஒடனே தீப்பெட்டியப் பத்தவச்சு கடுச்ச எடத்தச் சுட்டுட்டு அருவாளக் கொண்டு அந்த வெரல சீவி எறிஞ்சுட்டு, களவாண்டுட்டு வந்துருக்காரு. அம்புட்டு கில்லாடி ஆளு இவரு.

கம்மாவழி வர்ர அய்யங்காச்சிப் படையக்கூட இவரு பாத்து சமாளிச்சுருக்காரு. அய்யங்காச்சிப்படைன்னா பேய்க சிறுசும் பெருசுமா கூட்டமா தீப்பந்தங்களோட வருமாம். அது யாரு கண்ணுக்கும் அம்புடாதாம். அம்புட்டா ஆள உடாதாம். அதப்பாத்தாக்கூட காச்சல் வந்து மஞ்சப்பீயா பேண்டு செத்துருவாகளாம். அதக்கூட சமாளிச்சிட்டாராம்.

நாய்க்கமார்க்கிட்டதா நெலமே இருக்குது. ஒவ்வொரு நாய்க்கமாரு காடுகளும் பல மைல்களுக்கு பரவிக்கெடக்கும். ஒவ்வொரு திக்குக்கும் பேரு வச்சுருக்காக. ஒரு காட்டுக்குப்பேரு ஒலிவிழிக்காடு. நம்ம பேசறது அப்பிடியே எதிரொலிக்குற அத்துவானக்காடாம். அதுக்குத்தான் அந்தப் பேரு. இன்னும் வேற மண்டவக்காடு, ஒத்தாலு காடு, சடையாலுக்காடு, தாமரக் கொளத்துக்காடு இப்பிடி பேர்க வச்சு கரெக்டா அங்கபோய் எங்க ஆளுக வேல செஞ்சுட்டு திரும்பி வருவாக. ஒரே ஒரு ஆலமரம் நிக்குறதுனால அது ஒத்தாலுகாடு; சடைசடையா உழுதுக புடுச்சுப்போயி ஆலமரம் நிக்குதுனால சடையாலுக்காடுன்னு பேரு.

ஊருக்குள்ள நொழயுற எடத்துல சின்ன பஸ் ஸ்டாண்டு இருக்கு. அதுதான் கடேசி பஸ்ஸ்டாண்டு. அதுக்குமேல பஸ் போகாது. எங்க ஒலகமே அத்தோட முடிஞ்சமாறித்தான். பக்கத்துல ஒரு ஓடபோகுது. மழபேஞ்சா அதுல தண்ணிவரும்.

இல்லன்னா அது நாத்த மெடுத்த பீக்காடுதான். எடது பக்கெத்துல ஓடப்பட்டின்னு ஒரு பத்து இருவது வீடுக இருக்கு. அங்ன பூரா பனையேறி நாடார்க இருக்காக. வலது பக்கம் தெருக்கூட்ற கொரவனுகளும், செருப்புத் தைக்கிற சக்கிலியனுகளும் இருக்காக. கொஞ்சந்தள்ளி சட்டிபான செய்ற கொசவங்களும் இருக்காக. இவுகளுக்கு அடுத்துத்தான் பள்ளக்குடி. அதையொட்டி நாங்க பறக்குடி. ஊருக்கு கெழக்க கல்லற இருக்கு. இதயொட்டிதான் நாங்க இருக்கோம்.

மத்தபடி தேவமாரு, செட்டிமாரு, ஆசாரிக, நாடாருக வருசயா இருக்காக. இவுகளுக்கு அப்பால நாய்க்கமாருக தெரு. அங்கு ஒரு ஒடையார்பட்டி இருக்கு. அதுல ஒடையார்க இருக்காகளாம். இதெப்படி மேச்சாதியா ஒரு பக்கம், கீச்சாதியா ஒரு பக்கம்னு பிரிச்சாகன்னு தெரியல. அவுக அங்குட்டும் நாங்க இங்குட்டும் ஒதுங்கியே இருந்துக்குவோம். வேல வெட்டிக்குத்தான் அவுக தெருப்பக்கம் போவோம். அவுக எங்க தெருப்பக்கம் வரவே மாட்டாக. போஸ்டாபீஸ், பஞ்சாயத்துபோர்டு, பால் பண்ணை, பெரிய கடைக, கோயிலு, பள்ளிக்கொடங்க, எல்லாமே அவுக தெருவுகள்ளதா இருக்குது. அவுக எதுக்கு எங்க தெருவுக்கு வரப்போறாக? மேச்சாதிக்காரகளுக்குன்னே ஒரு பெரிய பள்ளிக்கொடம் நாய்க்கமார் தெருவுல இருக்குது.

எங்க சாதிக்குன்னு தெக்குத்தெரு, நடுத்தெரு, வடக்குத்தெரு, கீழத்தெரு, ஓலத்தரப்பட்டித்தெருன்னு அஞ்சுதெருவுக. வருச வருசயா வீடுக, முக்காவாசி பன ஓலையில மேஞ்ச குடுசைக. எடயில செல ஓட்டுவீடுக. அங்கங்க காரவீடுகளும் இருக்குது. அதெல்லாம் சர்க்காரு உத்தியோகம் பாக்குறவுக வீடுக.

தெருக்கள்ள பிள்ளைக்காடுக ஆணும் பொண்ணுமா, அம்மணக்குண்டியா அலையுவாக. செல பெயல்க டவுசர் போட்டாலும் மறைக்க வேண்டியத மறைக்ககாமத்தான் அது எறங்கிக் கெடக்கும். வகுறு பெருசா இருக்குற மாறி குண்டிஇருக்காது. அதான் டவுசர்நிக்காது. பண்ணண்டு மணி ஆனாபோதும், பிளேட்டுகளத் தூக்கிட்டு சத்துணவு வாங்கித் திங்க சாரை சாரையா நண்டு நசுக்கெல்லாம் போகும், கோயில்ல பண்ணண்டுக்கு மணி அடிப்பாக. அதான் கணக்கு.

சாயங்காலம் அஞ்சு மணிக்கு மேல தெருவுல ஒரே கூப்பாடாத்தான் இருக்கும். கூகொலோன்னு ஆணும் பொண்ணும் அலயும். இருக்குற ஒரே அடிகுழாய்ல தண்ணி அடிக்க சண்டக்காடு நாறும். வகுற எக்கி எக்கி அடுச்சு ஒரு கொடம் ரொம்புரதுக்கு அம்புட்டு நேரம் ஆகும். அங்ன வார சண்டைகள கேட்டா சிரிப்பான சிரிப்பு வரும்.

ஒரு நாளு நானப்பூன்னு நடுத்தெரு பொம்பள பக்கெட்டை வருசயுல வச்சிட்டு வீட்டுக்கு என்னமோ சோலியாப் போனாளாம். போயிட்டு வர்ரதுக்குள்ள பக்கெட்டத் தூக்கி கடேசில வச்சிட்டாகளாம். என்னமாடி எம்பைக்கட்ட தூக்கி எறிவீகன்னு பிடிபிடின்னு புடுச்சு பேசுனாளாம். பக்கெட்டை பைக்கெட்டுன்னு சொன்னதுக்கு அங்ன ஆப்புடவுக சிரிச் சிருக்காக. நானப்பூக்கு கோவம் வந்து என்ன சக்கிலியப் பயமக்கா சிரிப்பாணி அள்ளுதுன்னு கெட்டவார்த்தை சொல்லி வஞ் சாளாம். எங்க தெருவுகள்ள இருக்குற பேர்களக் கேட்டா ரொம்ப அருவசமாத்தான் இருக்கும். கோயில்ல வைக்கிற பேரு ஒண்ணா இருக்கும். தெருக்காட்டுல கூப்புடுற பேரு வேறயா இருக்கும்.

ஒரு பிள்ள பேரு முன்கோவம். இன்னொருத்தி பேரு மத்தியான மசால. மத்தியானம் மசால அரச்சு கொழம்பு வச்சாளாம். அதுக்குத் தான். மத்தியானத்துகள்ள எங்க தெருவுகள்ள வழக்கமா யாருஞ் சமயல் செய்ய மாட்டாக. சோறாக்கி, கொழம்பு வைக்கிறது ரவைக்கு மட்டுந்தான். மத்த நேரமெல்லாங் கூழுதான். அதுனால மத்தியானம் மசால அரச்சது அருவசமா இருந்துருக்கு. இன்னொரு பிள்ள நல்லா கறேர்னு பருத்துப்போயி இருந்தான்னு அவளுக்கு முருகஞ் சொனப் பன்னின்னு பேரு. முருகனோட சொனையில பன்னிக செழிப்பா இருக்குமாம். நல்லா தின்னுட்டு அலயுமாம். அதான். இன்னொருத்தி வெளிக்குப் போம்போதெல்லாம் கால்வழியா கழிஞ்சு வப்பாளாம். அதுக்கு அவா பேரு கழுஞ் சா. கெணத்துல நீச்சுப் பழகப்போன லெக்குல நீச்சுத் தெரியாம மெதந்த பிள்ளைக்குப் பட்டப்பேரு மெதந்தா. இன்னுமொருத்தி சின்னப்பிள்ளையுல காக்காய வெரட்டிக்கிட்டு திருஞ்சாளாம். அதுக்கு அவா பேரு காக்கா. இப்பிடி அடுக்கிக்கிட்டே போகலாம். கொன்னவாச்சி, மாறா, செவுடி, ஊம, கிறுக்கி, செவேரியா, கட்டெறும்பு, மனச்சி, ஊழ மூக்கி, பச்சமூக்கி, ஊசிக்குண்டி இப்பிடி எத்தனையோ பேரு.

பெயல்களுக்கும் பேருக்குக் கொறச்ச இல்ல. அவனுகளுக்கும் ஏகப்பட்ட பேர்க இருக்கு. பருப்புக்குண்டின்னு ஒருத்தனுக்கு பேரு. எதுக்குன்னு தெரியல. கல்குண்டான்னு இன்னொருத்தன் பேரு. எங்கய்யான்னு சொல்றதுக்கு என்றய்யான்னு சின்னதுல சொன்னவனுக்கு என்றய்யான்னே பேரு. கேப்பக்கூழுன்னு சொல்றதுக்கு டேப்ப–டூழுன்னு சின்னதுல சொன்னவம்பேரு டேப்ப டூழு இன்னைக்கு. இப்பிடி கருவாயன், நெழுச்சான், தொப்புளான், காமன், பொந்தன், வித்வி, நாடோடி, மூட, அரக்காதன் இப்பிடி அடுக்கிக்கிட்டே போகலாம்.

இந்த காமங்கிற பெய எங்க வீட்டுக்குப் பக்கந்தான். அவனோட நெசப்பேரு மரிய லூர்தாம். எதுக்கு யாரு இப்பிடி ஒரு பேர வச்சாகளோ தெரியல. சின்னதுலருந்தே இந்தப் பேரு தான். இப்ப அவனுக்கும் இருவது இருவத்தஞ்சு வயசு இருக்கும். ரெண்டு வருசத்துக்கு முன்னாடி வரைக்கும் வேலவெட்டி எதுக்கும் போகாம தெருக்காட்டு வழியா சுத்திக்கிட்டு திருஞ் சான். யாராவது கடகண்ணிக்குப் போசொன்னா போவான். போஸ்டாபீசு போய் கடிதம் வாங்கவோ கடிதம் போஸ்ட் பண்ணவோ சொன்னாலும் போவான். அப்பிடி போயிட்டு வந்தா அஞ்சோ, பத்தோ பைசா குடுக்கனும். வாங்கித் தின்னுட்டு கூழ கீழ குடிச்சுப்போட்டு திருணைகள்ள செவனேன்னு மல்லாந்துகெடந்து சாயங்காலம் மாடுகள பாலு பீச்சப் போந்தட்டிக்கும் ஒறங்குவான். செலபேரு அவன வெகுளிம்பாங்க. செலபேரு அரக்கிறுக்கும்பாங்க. ஒருமாறி சோக பிடிச்சு பெய கெணக்கா இருந்தான்.

ஆனா இன்னைக்கு நெலம வேற. எங்கயோ வேலைக்குப் போறானாம். என்ன வேலைன்னுதான் தெரியமாட்டேங்கி. ஆனா அந்த வேலைக்குன்னு ஒரு காக்கி யூனிபாரம் குடுத்திருங்காங்க. நாயித்து கெழமை கோயிலுக்கு அதத்தான் போட்டுட்டு வருவான். அந்த காக்கி பேண்டும், சட்டையும் பாத்துட்டு ஊர்ல சிரிக்காத ஆளு இல்ல. பெறகு கொஞ்சநாளு அதுவும் இல்லாம பழயபடி திருணைகள அடகாத்துட்டு கெடந்தான். பெறகு என்ன ஆச்சோ. நாலு ஆளப்போல கூலிவேலைக்குப்போக ஆரம்பிச்சான். இப்ப தொயந்தடியா வேலைக்குப் போறானாம். இந்த நாலஞ்சு மாசாம அவனுக்கு கல்யாணம் வேனுமின்னு கேக்கானாம். ஒனக்குப்போயி யார்ரா பொண்ணு குடுப்பான்னு கேட்டா, எனக்கென்ன கொறச்சலு, ஏம்பொண்ணு குடுக்கமாட்டாகன்னு திலுப்பிக்கிட்டு கேக்கானாம். உள்ளூர்க்குள்ள தெருஞ்சவுக அவனுக்கு பொன்னுபுள்ள தரமாட்டாக. அசலூர்க்காரி யாராச்சும் அம்புட்டாத்தான் உண்டுன்னு ஊர்ல பேசிக்கிறாக.

இவெங் கலியாணங் காச்சின்னு முடிச்சாலும் நல்லா சோறு தண்ணி காச்சிருவாம்னு கொஞ்சப்பேரு சொல்றாக. பொம்பளகெணக்கா நல்லா கஞ்சிதண்ணி காச்சுவானாம். ஆனா வச்ச சோத்த அவனே தின்னுபோட்டு சட்டியையுங் கழுவி வச்சிட்டு போயிருவான்னும் சொல்றாக. அவனோட அம்மையே சொல்றாளாம். இவென் ஒருத்தன் அரப்பிடி அரிசி கஞ்சி திம்பானாம். இப்படி பலதினுசுல சனங்க இருக்குது. ஒவ்வொருத்தனையும் பத்தி ஒரு பொஸ்தகமே எழுதலாம்.

ஊருக்கு மேற்கே ஒரு கிராமம் இருக்குது. அருச்சனாரம்னு பேரு. அங்கதா நல்ல தங்கா கோயிலு இருக்குது. ஊருக்குள்ள

நல்ல தங்கா ரொம்ப பெரபலமானது. பெரியவுககிட்ட கேட்டா ரொம்ப வெவரமா, ஆவலா கதைய சொல்வாக.

அந்தக் காலத்துல அண்ணனும் தங்கச்சியுமா ரெண்டுபேரு அந்த ஊர்ல இருந்துருக்காக. தாய்தகப்பஞ் செத்துப்போகவே அண்ணங்காரத் தங்கச்சி நல்லதங்காள வளத்து ஆளாக்கி எங்குட்டோ மானாமருதப் பக்கம் கெட்டிக் குடுத்துருக்கான். தங்கச்சி கெட்டிக் குடுத்தப்பெறகு அவனுங் கலியாணம் முடிச்சிக்கிட்டான். ஆனா, அவனுக்கு வாச்சவா ஒரு மூளி அலங்காரி. ஒருசாதி சனத்த அண்டவிடமாட்டா.

இப்பிடி இருக்கையுல நல்லதங்காள கெட்டிக்குடுத்த மானா மருதயில கடுமையான பஞ்சம் உண்டாகிருச்சு. நல்லதங்காளும் வருசையா ஏழு பிள்ளைகள பெத்துப் போட்டாளாம். ஒவ்வொரு பிள்ளை பெறந்தஒடனே அண்ணங்காரனுக்குக் கடிதம் போட்டுருக்கா. ஆனா எல்லாக் கடிதத்தையும் அண்ணிக்காரி மூளி அலங்காரி வாங்கி படிச்சுப்போட்டு தீக்குள்ள போட்டாளாம். இதுனால அண்ணங்காரனுக்குச் சங்கதி ஒன்னும் தெரியல. நல்லதங்கா என்ன ஆனாளோ? எப்படி இருக்காளோன்னு கவலப்பட்டுக்கிட்டே இருந்துருக்கான்,

மானாமருதயில பஞ்சம் வந்த பெறகு நல்லதங்கா தன்னோட கஸ்ட நெலவரத்தச் சொல்லி அண்ணனுக்குக் கடிதம் போட்டுருக்கா. எந்தச்சாமி செஞ்ச புண்ணியமோ அந்நியாரம்பாத்து அண்ணங்காரன் வீட்டுல இருந்து கடிதத்தைப் படிச்சுப்பாத்துட்டு பொம்பள கெணக்கா கேவி கேவி அழுதுருக்கான். இதுக்கு முன்னாடி போட்ட கடிதமெல்லாம் எங்கன்னு பொண்டாட்டியக் கேட்டதுக்கு என்னென்னமோ பொய் புளுகச் சொல்லி நம்ப வச்சுப்போட்டா. ஒடனே அண்ணங்காரன் மானாமருதைபோயி நல்லதங்காளையும், அவளோட ஏழுபிள்ளைகளையும் கூட்டிக்கிட்டு வந்தான். ஊர் நெருங்கயில நல்லதங்காளையும், பிள்ளைகளையும் வீட்டுக்குப் போகச்சொல்லிட்டு சாமாஞ்சட்டு வாங்கியாராம்னுட்டு போயிட்டான். நல்லாதங்காளும் ஏழு புள்ளைகளும் வீட்டுக்கு வாரதப்பாத்த மூளி அலங்காரி ஓடிப்போயி எல்லாகதவுகளையும் பூட்டிக்கிட்டா. நல்ல தங்கா வீட்டுக்குவந்து தட்டித் தட்டிப்பாத்துட்டு, கடேசில நானு ஒரு தங்கைப்பத்தினின்னா இந்த கதவு ஒடனே தெறக்கனும்னு சொல்லி இருக்கா. ஒடனே கதவுக தெறந்துடுச்சு.

பிள்ளைகள் கூப்பிட்டு உள்ளபோயி ஒக்காந்திருக்கா. வேனாப் பறந்த வெயில்ல பசியோட வந்த பிள்ளைக வீட்ல இருந்தத எடுத்து ஆவலா தின்னுருக்குதுங்க. இதப்பாத்த மூளி

அலங்காரிக்கு மூக்குக்கு மேல கோவம் வந்து பச்சப்பிள்ளைக தின்னுக்கிட்டுருந்ததைப் புடுங்கிக்கிட்டு வீட்டவிட்டு தொரத்தி உட்டுருக்கா. நல்லதங்கா ஏழு பிள்ளைகளையும் கூட்டிக்கிட்டு இனி எங்குட்டுபோயி எப்பிடிப் பொழைக்கப் போறோம்னுட்டு, பக்கத்துல இருந்த கெணத்துக்குள்ள ஏழு பிள்ளைகளையும் தள்ளிட்டு தானும் உழுந்து செத்துப் போனாளாம். பிள்ளைகள கெணத்துக்குள்ளப் போடும்போது, கடேசிப்பெய தப்புச்சிக்கிட்டு ஓடுனானாம். அங்னகுள்ள ஆடு மேச்சுக்கிட்டுருந்தவங்கிட்ட போயிருக்கான். நல்லதங்கா ஓடிப்போய் ஆட்டுக்காரங்கிட்ட இருந்து புள்ளையப் புடுங்கிட்டு வந்து கெணத்துக்குள்ளே போட்டுட்டு தானுங் குதிச்சிட்டாளாம்.

அண்ணங்காரன் சாமாஞ்சட்டு வாங்கிக்கிட்டு வீட்டுக்கு வந்தா பொண்டாட்டி மட்டுந்தான் இருந்திருக்கா. நல்லதங்காளையும் பிள்ளைகளையும் எங்கேன்னு கேட்டதுக்கு, அவுக வரவே இல்லன்னு வேசம் போட்டுருக்கா. ஒடனே வெளியே ஓடியாந்து தேடிப் பாத்துருக்கான். ஆட்டுக்காரன் பூராச் சங்கதியையும் சொல்லிட்டான். அண்ணங்காரனுக்கு வெசயம் வெளங்கிப்போச்சு. தாம் பொண்டாட்டி செஞ்ச கொடுமையில தான் தங்கச்சி இப்பிடி செஞ்சுட்டான்னு தெரிஞ்சுக்கிட்டு மூளி அலங்காரியத் தூக்கிக் கொண்டுபோய் காளவாசல்ல போய் போட்டு அப்பிடியே நீத்திப்பிட்டானாம். நல்லதங்காளையும் ஏழு பிள்ளைகளையும் செலயா செஞ்சு அவுக உளுந்து செத்த கெணத்துக்கிட்டயே ஒரு கோயிலக் கெட்டி அந்த செலகள அங்க வச்சானாம். அந்த ஆட்டுக்காரனுக்கும் ஒரு செல செஞ்சு வச்சுப்போட்டு அவனும் செத்துப் போனானாம். இது நெசமோ பொய்யோ தெரியல. ஆனா இன்னைக்கும் – அந்தக் கெணறும், கோயிலும், செலைகளும் அங்னயே இருக்குதுக.

2

தீண்டாமைன்னு சொல்லிக்கிறத நானு மூனாங்கிளாஸ் படிக்கையில கேட்டதே இல்ல. ஆனா இப்பிடின்னா என்னன்னு பாத்து, ஒணந்து, அனுபவிச்சு, அவமானப்பட்டிருக்கேன்.

பள்ளிக்கொடத்துக்குப் போயிட்டு பழையபை ஒன்ன மாட்டிக்கிட்டு வீட்டுக்கு வந்திட்டுருந்தேன். சாதாரணமா பள்ளிக்கொடத்துல இருந்து பத்து நிமிசத்துல வீட்டுக்கு வந்துரலாம். ஆனா, வழக்கமா கொறஞ்சது முப்பது நிமிசமாவது ஆகும் நான் வந்து சேர்ரதுக்கு.

தெருவுகள்ள, கடைகள்ள, செக்கடிபசாருல நடக்குற வெளாட்டு, களியாட்டம், வேடிக்கை வெநோதங்களப் பொறுத்து வீட்டுக்கு வாரதுக்கு அரமணியோ, ஒருமணியோ ஆகும். மத்த எடத்து கள்ள ஒன்னுமில்லேன்னாக்கூட செக்கடி பசாருல ஏதாவது ஒன்னு கண்டிப்பா இருக்கும்.

கொரங்காட்டி வச்சிருக்கிற கொரங்கு, பாம்பாட்டி பெட்டிக்குள்ள வச்சுவெளாட்டு காட்டுற பாம்பு, மூனுநாளா கீழ எறங்காம விடிய விடிய சைக்கிள் அடிக்கும் ஆளு, அவன உற்சாகப்படுத்தி அவஞ்சட்டைகள்ள குத்துன ரூவாத்தாளு, பொட்டி ராட்டுனம், கொடராட்டுனம், மாரியாத்தா கோயிலு, அங்க தொங்குற பெரிய மணி, கோயிலுக்கு முன்னாடி செய்யுற பொங்கலு, காந்தி செலக்கிட்ட வச்சுருக்குற கருவாட்டுக்கட, முட்டாய்க்கட, பணியாரக்கட இப்பிடி பலதரப்பட்ட கடைக, ஊதாக்கலர வயலட்டுகலரா மாத்திக்காட்டுற தெரு

வெளக்கு, பொட்டிக்குள்ள தேவாங்க அடச்சுவச்சுக்கிட்டு, பாசி, மணி, ஊசி, காதுகுடும்பி, ஊக்கு விக்குற நரிக்கொறவங்க, இப்பிடி சொல்லிட்டே போகலாம். இம்புட்டும் எனிய மேல போவுடாம சுண்டி இழுத்து நிப்பாட்டிரும்.

ஒவ்வொரு டயத்துல கச்சிக்காரனுக மேட போட்டு, மைக்செட்டு போட்டு, கத்துவாங்க. இத்தோட, தெருக்கூத்து, பொம்மலாட்டம், மந்திரமில்லை, மாயமில்லை வித்தைக இப்பிடியும் அங்னகுள்ள இருக்கும். இவைகள்ளாம் அப்பப்ப வரும். போகும். ஆனா கண்டிப்பா ஏதாச்சும் ஒன்னு இருந்துக்கிட்டேதான் இருக்கும்.

இவைக இல்லன்னாக்கூட, பசாருல இருக்குற கெளப்பு கடைக அங்க ஒசரமா தூக்கித் தூக்கி காப்பி ஆத்துரது. அந்த கடைகளுக்கு முன்னாடி ஒக்காந்துக்கிட்டு, கண்ணுல கண்ணீர் வராம, எங்குட்டோ பாத்துக்கிட்டே ஈராங்காயை கடகடன்னு வெட்டுறது, அங்ன நிக்குற வாதாமரம், எப்பயாச்சும் அதுல இருந்து காத்துக்கு உளுற வாதாம் பழம் இப்பிடி இவைகள்ளாஞ் சேந்து எனிய வீட்டுப் போகஉடாம காலக்கெட்டிப் போட்டுருங்க.

இன்னுஞ் சீசனுக்குத் தக்கன மாம்பழம், வெள்ரிப்பழம், கரும்பு, சீனிக்கெழங்கு, பனங்கெழங்கு, பயிறு, பதினி, நொங்கு, பனம்பழம், கௌாப்பழம், பெலாப்பழம் இப்பிடி இவைகளுங் கெடைக்கும். வேற பணியாரம், பாயாசம், அல்வாகேசரி, சவ்வுமுட்டாய் ஆமவடை, பருப்புவடை, உளுந்தவடை, அவுச்ச புளியங்கொட்டை, குச்சிஐஸ் இவைகளும் தெனமும் அங்ன விப்பாக.

இப்பிடி இது எல்லாத்தையும் பார்த்துக்கிட்டே பள்ளக்குடியத்தாண்டி எங்க தெரு அதான் பறக்குடிக்குள்ள பையுங் கையுமா நொழஞ்சேன். தெரு மொனயில நாய்க்கமாரு களம்போட்டு கதிரடிச்சுக்கிட்டு இருந்தாக. நாய்க்கரு திருணையில சாக்குப்போட்டு ஒக்காந்து பாத்துக்கிட்டு இருந்தாரு. எங்காளுக வேல செஞ்சுகிட்டு இருந்தாக. பொனயல் மாடுக ரவுண்டு ரவுண்டா வைக்கலு மேல சுத்திக்கிட்டு இருந்துச்சு. வைக்கலத் திங்காம இருக்க மாடுகளுக்கு வாக்கூடு போட்டுருந்தாக. அங்னக்குள்ள செத்தநேரம் நின்னு வேடிக்கை பாத்துக்குட்டு இருந்தேன்.

அந்நியாரம் செக்கடிப் பக்கத்துல இருந்து எங்கதெரு பெரியவரு ஒருத்தரு வந்தாரு. அவரு வந்த தோரணயப் பார்த்து எனக்குச் சிரிப்பு பொத்துக்கிட்டு வந்துச்சு. அவ்வளவு பெரிய ஆளு கையுல ஒரு பொட்டலத்தைத் தூக்கிட்டு வந்தவெதம் எனிய சிரிக்க வச்சது. பொட்டலத்துக்குள்ள வடையோ

வாழக்கா பச்சியோ இருந்துருக்கும் போல. வெளியே சுத்தியிருந்த தாளெல்லாம் எண்ணெய்யா இருந்துச்சு. அவரு பொட்டலத்தைத் தொடாம, அதக் கெட்டியிருந்த சரடப்புடுச்சு தூக்கிட்டு வந்தாரு. இப்பிடி புடுச்சா பொட்டலம் அவுந்து வட கீழ உளுந்துருமேன்னு நெனச்சுக்கிட்டே நிக்கேன்.

வந்தவரு நேரா நாய்க்கருட்ட போயி முதுக கூனி வளச்சுக் கிட்டு, பொட்டலம் இருந்த கைய நொட்டாங் கையால தாங்கிப் பிடிச்சுக்கிட்டு நாயக்கர்கிட்ட பொட்டலத்தை குடுத்தாரு. நாய்க்கரு பொட்டலத்த அவுத்து உள்ள இருந்த ஆம வடய எடுத்து திங்காரு.

இதெல்லாம் பாத்துட்டு வீட்டுக்குப் போனேன். வீட்ல எங்கண்ண இருந்தாக. வடப் பொட்டலத்தைக் கையிலே புடிக்காம, கட்டியிருந்த சரடப் புடுச்சு தூக்கிட்டு வந்த விஷயத்தை வேடிக்கையா வெவரமா அண்ணங்கிட்ட சொன்னேன். அவ்வளவு பெரிய ஆளு அப்பிடி தூக்கிட்டு வெளாண்டு வர்ரார்னு சொல்லிட்டுச் சிரிச்சேன். ஆனா அண்ணனுக்குச் சிரிப்பே வல்ல. அண்ணன் சொன்னாக; அவரு வெளாட்டுக்குப் பொட்டலத்த அப்பிடி தூக்கிட்டுப் போகலயாம். நாயக்கமாரு ஒசந்த சாதிங்கிறதுனால, பறப்பெயலுக பொட்டலத்த தொடக்கூடாதாம். தொட்ட தீட்டாம். அதுனால, சரடப் புடுச்சுத்தான் தூக்கிட்டு வரனுமாம்.

இதக் கேட்டப்பெறகு எனக்கும் சிரிப்பு வரல. ரொம்ப வெசனமா இருந்துச்சு. மொதல்ல வாழ எலபோட்டு, பெறகு பேப்பர் போட்டு சுத்திக் கட்டுனப்பெறகும் பறயன் தொட்டா அசிங்கமாம். எனக்கு வந்த ஆத்துரத்துல, வடயவே கையுட்ட தொட்டுப் போடனும்போல இருந்துச்சு. இவுகளுக்கு எதுக்கு நாம வட வாங்கியந்து குடுக்கனும்னு நெனச்சேன். அம்புட்டு பெரிய ஆளு கடைக்குப்போய் வாங்கியாந்து இப்பிடிக் கூனிக் குறுகிப் போயி குடுக்க, இவரு ஒக்காந்து திங்கனுமாக்கும்னு கோவமா வந்துச்சு. அப்பிடி என்ன இவுக பெரிய இவுக? நாலு காசு வச்சுக்கிட்டாம்னா, அதுக்காக இப்பிடி மனுசத்தன்ம இல்லாமலா நடக்கனும்? பறச்சாதின்னா என்ன? அம்புட்டு அசிங்கமாவா போச்சி? நாங்களும் மனுசங்க தானே! நம்மாளுக இவனுகளுக்கு இப்பிடி எடுபிடி வேலைகள்ளாம் செய்யக்கூடாது இவனுக காட்டுகள்ள வேல செஞ்சமா, சம்பளம் வாங்குனமா வந்தமான்னு இருக்கனும்.

என்னோட பாட்டிங்க ரெண்டுபேரும் இப்படித்தான் நாய்க்கமாருக்குச் சேவகம் பண்ணிட்டு இருந்தாங்க. அவங்களோட வயல்வரப்புல பாட்டி வேலைசெய்யும்

போது, நேத்து பெறந்த சின்னப்பிள்ளகூட அது நாய்க்கமாரு சாதிங்கறதுனாலே, பாட்டியப் பேருசொல்லி மரியாதை இல்லாம கூப்பிட்டு வேலை ஏவும். இந்தப்பாட்டியும் வேலை செய்ற மத்தவங்களும் அந்த பொடிப்பெயலக்கூட 'ஐயா ஐயா'ன்னு கூப்பிட்டுக்கிட்டு அவமிட்ட வேலைகள ஓடியாடி செய்றதப் பாத்தா பூழாப்பா இருக்கும். தாகத்துக்குத் தண்ணி குடிக்கறதுல கூட அசிங்கத்தனந்தான். நாய்க்கமாரு பொம்பளைக தண்ணிய நாலு அடிக்கு ஒசரப்புடுச்சிட்டு ஊத்த பாட்டியும், மத்தவங்களும் கையை விரிச்சு வாய்கிட்டவச்சு தண்ணி வாங்கி குடிப்பாங்க. எனக்கு ஒரு மாதிரி இருக்கும். இன்னொரு பாட்டியும் இப்படித்தான். பொழுது விடிஞ்சா நாய்க்கமாரு வீட்டுங்கள்ள போயி மாட்டுத் தொழுவம் பெருக்கி, சாணி சகதி அள்ளிப்போட்டுட்டு, முந்துன நாள் மிஞ்சிப்போன பழைய சோறு, கொழம்பு வாங்கிட்டு வருவாங்க. அது கெடைக்கிறது என்னவோ தேவாமிர்தமே கெடைச்ச மாறித்தான்.

ரொம்ப நாள் கழிச்சுத்தான் பாட்டி இப்படி நாய்க்கமாருக்கு வேண்டாத, அவுங்க தூரப்போடுற சாப்பாட்டை வாங்கிட்டு வர்ராங்கன்னு தெரிஞ்சுக்கிட்டேன். ஒருநா நான் பாட்டிக்கூட போயிருந்தேன். அசிங்கமான வேலை அத்தனையும் பாத்துட்டு அப்புறமா பாட்டி பாத்திரத்தை சாக்கடைகிட்ட வைக்க, நாய்க்கரம்மா பழைய சோற எட்ட நின்னுட்டு பாட்டி பாத்திரத்துல ஊத்திட்டு போனது. அவுங்க பாத்திரம் பாட்டி பாத்திரத்தைத் தொட்ற கூடாதாம். தீட்டாம். பெறகு ஒரு நேரம் பாட்டிகிட்ட இப்பிடியெல்லாம் செய்யக்கூடாது. அசிங்கமா இருக்குதுன்னு சொன்னேன். பாட்டி சொன்னது; நமக்குச் சோறு போடுற மகராசனுக அவுக. அவுக இல்லன்னா, எப்பிடி நம்ம பொழைக்க முடியும்? பரம்பரை பரம்பரையா அவுக மேச்சாதி, நம்ம கீச்சாதின்னு இருக்குதுல்ல. அதை மாத்த முடியுமா?

அண்ணன் வெளியூரு போய் படிச்சிட்டு லீவுக்கு வீட்டுக்கு வந்தாங்க பக்கத்து ஊர்ல இருக்குற லைப்ரேரிக்குப் போய் புஸ்தகம் எடுத்துட்டு வருவாங்க. அப்ப ஒருநாள் அண்ணன் கம்மாக்கர மேலே போயிருக்குது. பின்னாடியே ஒரு நாய்க்கமாரு ஆளு போயிருக்குது. அண்ணன் புதுசா தெரியவும், யாருப்பா நீ? ஒம்பேரு என்னனு கேட்டிருக்காக. அண்ணணும் தம்பேரைச் சொல்லியிருக்குது. ஒடனே தம்பி ஒனக்கு எந்த தெருவுன்னு கேட்டிருக்காக. எந்தத் தெருவுன்னு கேட்டா எந்த சாதீன்னு தெருஞ்சுபோகுமாம். அதான், ஒடனே அண்ணனும் நான் சேரித்தெருப் பறையன்னு பட்னு மூஞ்சில அடிச்சாப்ல சொல்லிவிட்டு விடுவிடுன்னு போயிருச்சாம். நாய்க்கருக்கு ரொம்ப கோவம். அவமானமா போச்சு. பக்கத்தில் இருந்த

இன்னொரு ஆள்கிட்ட இது யாரு மகன்? இப்படி பேசிட்டு போறான்னு கேக்க, அவரும் இது நம்ம ராக்கம்மா பேரன்னு எங்க பாட்டிய வச்சு அறிமுகம் செஞ்சுட்டாரு.

மறுநாள் வேலைக்குப்போன பாட்டிகிட்ட ஒம்பேரன் என்ன அவ்வளவு திமிரா பதில் சொல்லிட்டு போறான்னு கோவமா பேசியிருக்காரு. பாட்டியும் ஐயா படிச்சபுள்ள பாருங்க. அதா அப்படி சொல்லிட்டு போயிருக்கானு சொல்லி சமாளிச்சாங்களாம். அண்ணன் இதைக் கேட்டுட்டு சிரிச்சாங்க.

லைப்ரேரியில கூட இப்படித்தானாம். சேரித்தெரு பறப்பயலுகன்னா ஒரு சைசாத்தான் பாப்பானுகளாம். அண்ணன் ஒரு தடவ கையெழுத்து போடும்போது பேருகூட தன்னோட படிப்பையும் எம்.ஏ.ன்னும் வேணுமின்னே எழுதினாங்களாம். ஒடனே அந்த லைப்ரேரியன் ஒரு ஸ்டூல் போட்டு ஒக்காருங்கன்னு சொன்னதுமில்லாம சார் சார்னு வேற கூப்பிட ஆரப்பிச்சிடானாம்.

இத அண்ணன் எங்கிட்ட சொல்லும்போது கூடவே இந்த பறச்சாதியில் நாம் பொறந்திட்டதினாலே, நமக்குன்னு மதிப்போ, மரியாதையோ, கௌரவமோ இல்லாம போச்சு. ஆனா நாம நல்லா படிச்சு முன்னுக்கு வந்தோம்னா, இந்த அசிங்கமெல்லாம் இல்லன்னு ஆக்கிப்போடலாம். அதுனாலே கருத்தா, கவனமா படிச்சிரு. படிப்பிலே மொதல்பிள்ளன்னா, எல்லாருமே ஓங்கிட்ட படிப்புக்காக ஒட்டிக்க பாப்பாக. அதனால கஷ்டப்பட்டு படிச்சிக்கிடனும் அப்படீன்னு சொன்னாங்க. இது என் மனசிலே ரொம்ப ஆழமாப் பதிஞ்சுபோச்சு. அதனால முழு மூச்சா வெறித்தனமா படிச்சேன். அண்ணன் சொன்னது போல, வகுப்புல முதல் ஆளா நின்னேன், அதனாலயே நான் பறைச்சினாக்கூட நிறையப்பேரு எங்கிட்ட சிநேகிதம் பண்ணிக்கிட்டாங்க.

நான் படிச்ச பள்ளிக்கொடத்துல கூட இப்படித்தான். எங்க சாதின்னா ஒரு அசிங்கமா பேசுவாக. என்ன தப்பு நடந்துபோனாலும் ஒடனே சேரிப்பிள்ளைகதா செஞ் சுருக்கும்னு கூசாம சொல்லுவாக. பள்ளிக்கொடத்துல முக்கால்வாசிப் பிள்ளைக பள்ளக்குடி பறக்குடி பிள்ளைகதா. ஆனா பள்ளிக்கொடத்த நாடாக்கமாரு தெருக்கிட்டதான் இந்த சாமியாருங்க கட்டிவச்சிருக்காங்க. கோயிலும் அவுங்க தெருவுலதான். சாமியாரு இருக்கிறதும் அங்கதாம். அரிசனப் பிள்ளைகனா எல்லாத்துக்கும் அசிங்கமாத்தான் தெரியுது. ஆனா அவுகள வச்சு வேலை மட்டும் வாங்குவாக. பள்ளிக்கொடத்துல கூட வாத்தியார் வீட்டுக்கு நாங்க தான் தண்ணி எடுத்து

ஊத்தனும். தோட்டத்துக்கும் நாங்க தண்ணி ஊத்தனும். பள்ளிக்கொடத்து வேல பூரா நாங்க தான் பாக்கனும்.

நான் ஏழாங்கிளாஸ் படிச்சுக்கிட்டு இருந்தேன். பள்ளிக்கொடம் முடிஞ்சு தினமும் நானு எங்க தெரு பெயல்கூட வெளாண்டுத்தா வீட்டுக்குப் போவேன். எங்க சொந்தக்காரப்பெயககூட ரெண்டு மூணு பேரு இருந்தாக. வேற பிள்ளைகளும், பெயங்களும் கூட செத்தநேரம் வெளாண்டுதான் போவாக.

ஒரு நாளு நானு மத்த பிள்ளைகளோட பள்ளிக்கொடத்துக்கு முன்னாடி இருந்த வேப்பமரத்து கிளைகள்ள காலைப் போட்டுக்கிட்டு தலைகீழா வவ்வாலு மாதிரி தொங்குற வெளாட்டு வெளாண்டேன். பெறகு செத்த நேரங்கழிச்சு அங்கன இருந்த தென்னமரத்துல ஓடி ஓடி ஏறி ஏறி தென்னமரத்து உச்சியைத் தொட்டுட்டு வர்ர வெளாட்டு. தென்னமரம் தோதா சாஞ்சிட்டு இருந்துச்சு. ரொம்ப தொலவுல நின்னுகிட்டு ஓடியாந்து அப்படியே தென்னமரத்துல ஏறுனா உச்சியில இருக்குற தேங்காயத் தொட்டுப்போடலாம். இப்பிடி ஒருத்தர் மாத்தி ஒருத்தர் மரத்துல ஏறி தேங்காயத் தொட்டுப்போட்ட உற்சாகத்துல இருக்கயில, பெறகு போன எல்லாரும் தேங்காயப் புடுச்சு திருகிட்டு திருகிட்டு எறங்குனோம். நாம் போய் தேங்காய தொட்ட நேரம் தேங்கா பொட்டுன்னு கீழே உழுந்திருச்சு. அது வெளஞ்ச தேங்கா கூட இல்லை. இத்தினிக்கானு தண்ணிகூட இல்லாத பிஞ்சுக்கா. எல்லாப் பிள்ளைகளும் பயந்தடிச்சு ஓடிப்போனாக. எல்லாரும் நாந்தா தேங்காய புடுங்கிட்டேன்னு சொல்லிட்டாக. தேங்காய அங்குனகுள்ளேயே போட்டுட்டு நேர வீட்டுக்கு ஓடியாந்திட்டோம்.

மறுநாள் பள்ளிக்கொடத்து அசம்பிளியில கெட்மாஸ்டர் எம்பேரைச் சொல்லிக் கூப்பிட்டு ‘பறச் சாதிப் புத்திய காட்டிட்டியே; நேத்து எல்லாரும் வீட்டுக்குப் போனபிறகு பள்ளிக்கொடத்து தென்ன மரத்துல ஏறி தேங்கா திருடிட்டு போயிருக்க! ஒன்ன ஸ்கூல்ல சேக்க முடியாது. வெளியே நில்லுன்னு சொன்னாரு. எல்லாப் பிள்ளைகளுக்கும் முன்னாடி எனக்கு கேவலமும் அவமானமும் வேதனையுமா இருந்துச்சு.

கெட்மாஸ்ட்டரு சாலியர். அப்ப சாலியருக்கும் எங்க சாதிக்கும் கல்லறய வச்சு சண்டை நடந்துக்கிட்டு இருந்துச்சு. பிள்ளைக பூரா என்ன ஒருமாதிரியா பாத்துட்டு கிளாஸ்குள்ள போயிட்டாங்க. எனக்கு வெக்கத்துல வேதனையில என்ன சொல்றதுன்னு தெரியல எங்க தெருவு வாத்தியாரு ஒருத்தர் வந்து, சாமியார்கிட்ட போய் சொல்லி அவர்கிட்ட இருந்து

ஒரு கடிதம் எழுதி வாங்கியாந்து கெட்மாஸ்டர்கிட்ட குடுன்னு சொன்னாரு. நான் சாமியார்கிட்ட போய் நடந்த வெவரம் பூராஞ்சொல்லி என்ன பள்ளிக்கொடத்துல சேக்கனும்னு கேட்டேன். ஒடனே சாமியாரும் சேரிப்புள்ளதானே; செஞ்சுருப்ப செஞ்சுருப்பன்னு சொன்னாரு. எனக்கு அழுகை அழுகையா வந்துச்சு. அழுதேன். ரொம்ப நேரங்கழிச்சு சாமியார் என்னப் பள்ளிக்கொடத்துல சேக்கலாம்னு எழுதிக்குடுத்தாரு. நான் அதக் கொண்டுபோய் கெட்மாஸ்டர்கிட்டே குடுத்தப்ப வாய்க்கு வந்தபடியெல்லாம் வஞ்சப் பெறகு என்ன கிளாஸ்கு போகச்சொன்னாரு. கிளாஸ்குள்ள போம்போது பிள்ளைக பூரா என்னப் பாத்தது கண்டு கூனி குறுகிப்போய் பெஞ்சுல ஒக்காந்து அழுதுட்டு இருந்தேன்.

ஊர்ல எட்டாங்கிளாஸ்வரை படிச்சிட்டு பக்கத்து ஊர்ல ஹைஸ்கூல் படிப்புக்குப் போய் சேந்தேன். அங்க இருந்த பள்ளிக்கொடத்தையும் பிள்ளைகளையும் அவுக துணிமணிகளையும் பாத்து ரொம்ப அசந்து போயிட்டேன். ரொம்ப வெக்கமாவும் பயமாவும் இருந்துச்சு. அத்தன பெரிய பள்ளிக்கொடத்துல மெத்த மேல இருக்குற கிளாஸ்கு ஏறிப்போறதே நல்லா இருந்துச்சு. சீக்கிரத்லேயே பழகிக்கிட்டேன். படிப்பையும் ரொம்ப ஆர்வமா படிக்கத் தொடங்கிட்டேன். ஆஸ்டல்ல இருந்த என் வயசு பிள்ளைக நல்ல துணிமணி, நக, நட்டு, ரெஸ்ட் வாட்ச் இப்படி போட்டுக்கிட்டு இருந்தாக. அவுக ஒசந்த சாதியா இருக்கும்னு நெனச்சுக்கிட்டேன்.

ஆஸ்டல்ல இருந்த வார்டன் சிஸ்டருக்கு கீழ்ச்சாதி பிள்ளைக, ஏழைப் பிள்ளைகன்னா ஆகாது. வெவரமில்லாம கண்டதுக்கும் புடுச்சு வையும். கொஞ்சம் ஒடம்பு தடியாச்சுன்னாகூட வையும். இவள்களுக்கு வீட்ல ஒன்னுங்கெடைக்காது. இங்க வந்து தின்னுட்டு தடிக்காளுகன்னு எல்லார் முன்னாலயும் சொல்லி வையும். லீவுக்கு வீட்டுக்குப் போயிட்டு வந்த ஒடனே இந்தச் சேரிப்பிள்ளைகள பாருங்க. இங்க இருக்கையிலே நல்லா தின்னுபோட்டு உருளக்கெழங்கு மாதிரி இருப்பாளுக. வீட்டுக்குப் போயிட்டு வந்து பாரு வத்தல் கணக்கா வந்திருக்காளுகன்னு சொல்லும். ரொம்ப கஸ்டமா இருக்கும். மத்தவக மாதிரித்தான் நாங்களும் சாப்பாட்டு பணம், அந்தப்பணம், இந்தப்பணமுன்னு கட்டுனோம். இருந்தாலும் இப்படி ஒரு பேச்சு.

லீவுக்கு வீட்டுக்கு போம்போது பஸ்ல ஏம்பக்கத்தில நாய்க்கமாரு பொம்பளைக ஒக்காந்திருந்தா, ஒடனே எங்கிட்ட எந்த ஊரு போற, எந்ததெருவுன்னு கேக்கும். சேரித்தெருன்னு சொன்னதுமே எந்திரிச்சு வேற சீட்டுக்குப் போயிருவாக. அல்லது என்ன வேற சீட்டுக்குப் போகச் சொல்லுவாக. நானா

போவேன்! நானு அழுத்தமா ஒக்காந்துக்கிடுவேன். அதுக எந்திரிச்சு நின்னுக்கிட்டே கூட வருமே தவிர ஏம்பக்கத்துலயோ எங்க தெரு பொம்பளைக பக்கத்துலயோ ஒக்காராதுக. தீட்டுப்பட்டுருமாம்! இப்பிடி பல தடவ நடந்திருக்கு. வீட்ல வந்து எங்கம்மாட்ட சொன்னா நீ வேற சாதின்னு சொல்லு. கண்டுக்கமாட்டாகன்னு சொன்னாங்க. ஆமா, இவுகளுக்காக நாம எதுக்கு வேறசாதின்னு பொய் சொல்லனும்னு கோவமா சொல்லிக்கிட்டாலும், மனசுக்குள்ளே கொஞ்ச நஞ்ச வலியில்ல.

கிளாஸ்ல படிப்பு வெசயத்துல நெறய பிள்ளைக ரொம்ப மந்தமாத்தா இருந்தாக. நானு நல்ல படிச்சு மொதல் ரேங்க் எடுத்தேன். அத வச்சுக்கிட்டு அத்தன பிள்ளைக்காடும் எங்கிட்ட நல்லா பேசிக்கிட்டாக. அண்ணன் வீட்டுல இருக்கும்போது சொன்னது அப்பப்ப நெனவுக்கு வந்து போகும். எனக்கு பாடஞ் சொல்லிக்குடுத்த டீச்சர்களும், சிஸ்டர்களும் என்ன அடிக்கடி பொகழ்ந்தாங்க. எங்கிட்ட பிரியமா நடந்துகிட்டாக. எனக்கு ரொம்ப உற்சாகமாப்போச்சு. எதுவுந் தெரியாத பிள்ளைகளுக்கு என்ன பாடஞ் சொல்லிக்குடுக்கச் சொன்னாக. நாஞ் சொல்லிக்குடுத்த பிள்ளைகளும் நல்ல மார்க் வாங்குச்சுக. எனக்கு ஏகப்பட்ட சந்தோசம். அப்பப்ப பி.டி. டீச்சரும், எங்க கிளாஸ் டீச்சரும் என்னத்துக்கோ அசெம்ளியில, கிளாஸ்ல வந்து, அரிசன பிள்ளைகல்லாம் நில்லுங்கன்னு சொல்லுவாக. இது ரொம்ப கஷ்டமா இருக்கும். கிட்டத்தட்ட ரெண்டாயிரம் பிள்ளைகளுக்கு முன்னால, தலய தொங்கப்போட்டுக்கிட்டு என்னமோ தப்பு தண்டா செஞ்சமாதிரி நிக்கணும். கேவலமாத்தா இருக்கும்.

எஸ்.எஸ்.எல்.சி. கவர்மென்ட் பரிச்சையில் அந்த வட்டாரத்துக்கே அரிசனப் பிள்ளைகள்ல மொத ஆளு நாந்தேன்னு பிரைஸ் குடுத்தாக. பள்ளிக்கொடத்து அசெம்ளியில வச்சு எம்பேரச் சொல்லி கைதட்டுனாக. நானும் எங்க அம்மாவும் சந்தோசமா நின்னுக்கிட்டு இருந்தோம். அன்னைக்கு அரிசனப் பிள்ளைகள்ள மொத ஆளா வந்தம்னு சொன்னப்ப எனக்கு நான் அரிசன சாதின்னு சங்கட்டமா இல்ல. சந்தோசமாத்தான் இருந்துச்சு. பள்ளிக்கொடத்து பிள்ளைக மத்திலயும் நான் நல்ல மார்க் எடுத்திருக்கேன்னு எல்லாரும் சொல்லி என்ன வாழ்த்திக்கிட்டாக. ஏன் அரிசனப் பிள்ளையா இருந்தா படிக்க முடியாதா என்ன... மத்தவக மாதிரி நாங்களும் படிக்க முடியும். முன்னுக்கு வர முடியும்னு ஒரு வீராப்பு எனக்குள்ள வந்துச்சு.

இப்பிடி இங்க படிப்பை முடிச்சுப்புட்டு தொல தூரத்துல இருந்த ஒரு ஊருக்கு காலேஜ் படிப்பு படிக்கப் போனேன். இம்புட்டு தூரத்துல. இவ்வளவு பெரிய காலேஜ்ல, இவ்வளவு பிள்ளைகளுக்கெடயிலே, சாதி கீதி ஒன்னும் இருக்காதுன்னு

நெனச்சுக்கிட்டு இருந்தேன். ஆனா அங்க கூட சாதி வித்தியாசம் பாக்கத்தான் செய்தாக. திடீர்னு ஒருநாள் கிளாஸ்ல ஒரு லெக்சரர் அரிஜன பிள்ளைக எல்லாம் நில்லுங்க. கவர்மென்ட் பிற்படுத்தப்பட்டோருக்குச் சாயந்தர நேரம் டியூசன் ஏற்பாடு பண்ணி இருக்குன்னு சொன்னது. ரெண்டே பேரு, நானும் இன்னொரு பிள்ளையும் நின்னோம். மத்த பிள்ளைகளுக்கெடயே சலசலப்பு, ஏளனச்சிரிப்பு. எனக்குன்னா கோவம் அப்படி வந்துச்சு. ஒடனே அந்த மிஸ்கிட்ட எனக்கு அந்த டியூசனும் வேண்டாம் ஒன்னும் வேண்டாம்னு சொல்லிட்டு ஒக்காந்தேன். எங்கபோனாலும் என்ன படிச்சாலும், இந்த சாதி நம்பள லேசா உடாதுபோலருக்கு.

இன்னொரு தடவ, என்னோட தம்பி தங்கச்சி புதுநன்மை வாங்குனாங்கன்னு வீட்டுக்குப் போக உத்தரவு கேட்டேன். அது ஒரு சனி, ஞாயிறு லீவு நாளுகதான். இருந்தாலும் என்னமோ அந்த பிரின்ஸிபாலும், வார்டனும் சேந்துக்கிட்டு என்ன உடமாட்டேன்னு அடம் பண்ணுனாக. எனக்கு ரொம்ப வேக்காடாப் போச்சு. எங்கண்ணு முன்னாலேயே வேற பணக்காரப் பிள்ளைகள வீட்டுக்கு அனுப்புனாக. இதப்பாத்த எனக்கு ரொம்ப வெறியாகிப்போக, நேருக்கு நேராகவே அவுகளமட்டும் உடுறீகளே, எதுக்கு என்ன உடமாட்டீக்கீகன்னு கேட்டேன். அதுக்கு அவுக சொன்ன பதில், 'ஒங்க சாதிலே என்னத்த பெரிசா புதுநன்மை வாங்குறதெல்லாம் கொண்டாடப் போறாங்க'. இதுக்கெல்லாம் அனுப்ப முடியாதுன்னு சொல்லித் திமிரா பேசுச்சுக. இவள்க இவ்வளவு சொன்னமட்டுக்கும் போயே தீரனும்னு எம்மனசுக்குள்ள ஒரு வெறித்தனம். அதுனால பிடிவாதம போவேன்னு சொல்லி ஒத்தக்கால்ல நின்னேன். சாதிக்கொரு சட்டமில்ல எல்லாருக்கும் ஒரே மாதிரிதான் சட்டம் போடனும்னு பேசி, கடைசி வீட்டுக்குப் போனேன்.

இப்பிடி அங்க முடிச்சுட்டு பி.எட் பண்ணனும்னு இன்னொரு காலேஜ்ல சேந்தேன். அங்கயும் அதே கதிதான். ஆனாக்கூட படிப்பு, தெறமை இதுகள்னால, சாதியாவது மயிராவதுன்னு துணிஞ்சு அடிச்சு பேசிக்கிட்டிருந்தேன். எதுக்குனாலும் தல நிமிந்து நின்னேன். எடுத்த காரியமெல்லா நல்ல வெற்றியோட செஞ்சு முடிச்சேன். அதனால டீச்சர்க, பிள்ளைக எல்லாத்துக்குமே எம்மேலே ஒரு பிரியந்தான்; ஒரு மதிப்புத்தான். இப்படி ஒவ்வொரு எடத்துலயும் படிப்பு ஒண்ண வச்சே, இப்படி சாதிப்பேச்சு பேசித் திரிஞ்ச இதுககிட்ட சமாளிச்சுட்டு வந்தேன்.

படிப்ப முடிச்சிட்டு வேலைக்குப்போய் சேந்தேன். அங்க ஒரு கன்னியாஸ்திரி 'நீங்க நாடாரான்னு' கேட்டுச்சு. இல்ல,

நாங்க பறையர்னு சொன்னேன். அது மூஞ்சிபோன போக்கப் பாத்தா இன்னைக்குக் கூட சிரிப்பா வருது. அங்க இருந்த கன்னியாஸ்திரிகள்ள முக்காவாசிப்பேரு தெலுங்குக்காரிகதான். அதனால எங்களப்போல தலித்களக் கண்டா அதுகளுக்குப் புடிக்கிறதில்ல. பெறகென்ன, அங்க வேல செஞ்ச அஞ்சு வருசமும் போராட்டந்தான். அப்ப ரொம்ப துணிச்சலா இருந்தேன். ஏங்கிளாஸ் பிள்ளைக, ஸ்கூல் பிள்ளைகளுக்கு என்னப்புடிக்கும். அங்க ஏகப்பட்ட பிள்ளைக தலித் பிள்ளைகதான். ரொம்ப சந்தோசமா இந்த கன்னியாஸ்திரிகளோட சண்டை போட்டுக் கிட்டு அந்த பிள்ளைகளுக்குச் சொல்லிக் குடுத்திட்டு இருந்தேன். அப்படி எதுத்துக்கிட்டு நின்னு தெறமையா பாடஞ் சொல்லிகுடுத்துட்டு இருந்தது நல்லாத்தான் இருந்துச்சு.

அப்படியே இருந்தாலும் இருந்திருக்கலாம். ஆனா எங்கிட்டு கெடந்தோ ஒரு ஆச வந்துச்சு. இப்படி இந்த கன்னியாஸ்திரிக சேந்துகிட்டு தலித் பிள்ளைகள, டீச்சர்கள இந்தப்பாடு படுத்துதுகளே. நம்ம ஒரு கன்னியாஸ்திரி ஆகி, இந்தமாதிரி கேவலப்பட்டு கெட்டுப்பட்டு கெடக்கிற சனங்களுக்கு ஏன் உதவி செய்யக்கூடாதுன்னு மனசுலபட்டுச்சு. எம்புட்டுத்தான் ஒதுக்குனாலும் பொழுதினிக்கும் இப்பிடியே நெனப்பு; அதுனால பாத்துக்கிட்டு இருந்த வேலையும் வேண்டாம்னு எழுதிகுடுத்திட்டு ஒரு சபையிலே போய் சேந்தேன்.

எங்க வீட்லயுஞ்சரி, வெளில தெரிஞ்சவுகளுஞ்சரி இப்பிடி இருந்தவேலய உட்டுட்டுப் போகாத, கன்னியாஸ்திரியா இருந்து செய்றதவிட வெளியிலேயே நெறய செய்யலாம்னாக. மடத்துக்குள்ள சாதி வித்தியாசம் ரொம்ப பாப்பாகன்னும் சொன்னாக. நாங்கேட்டாத்தான. எல்லாத்தையும் மீறி ஒரு மடத்துக்குள்ளே போயிட்டேன். போறதுக்கு முன்னாடியே, அந்த சபையை உண்டாக்கிய அந்த அம்மா ஏழை எளிய சனங்களுக்காகவே அதஉண்டாக்கிட்டு, அவுகளுக்காகவே வாழ்ந்துட்டு செத்துப்போனாகன்னு புஸ்தகத்துல படிச்சிட்டு, இந்த மாதிரி சபைக்குள்ளதான் போயி, அவுகள மாதிரி ஏழ எளிய சனங்களுக்காக வாழனும்னு நெனச்சுக்கிட்டு உள்ளே போயிட்டேன். உள்ள போனா, ஒரு பட்டிக்காட்ல இருந்து பெரிய பட்ணத்துக்குள்ள நொழஞ்ச மாரித்தான். எனக்குச் சம்பந்தமில்லாத எடத்துக்கு வந்துட்டோம்னுதான் மொத நெனப்பு வந்துச்சு. சரி, இருந்து பாப்பேமேன்னு நெனச்சுக்கிட்டு இருந்தேன். ரொம்பச் சங்கடமா இருந்துச்சு. பெறகு என்னயே சமாதானப்படுத்திக்கிட்டு இருந்தேன்.

ஒருநாளு, எங்களுக்கு டிரெயினிங் குடுக்கிற ஒரு சிஸ்டரு என்னோட சர்டிபிகேட்லயும், ஞானஸ்தான

சர்டிபிகேட்லயும் பெறந்த தேதி ஏன் மாறிப்போட்டிருக்குன்னு இங்கிலீஸ்ல கேட்டுச்சு. இந்த மாதிரி எங்க கிராமத்துல தெரியாத்தனமா பள்ளிக்கொடத்துல ஏதோ ஒரு பெறந்த தேதிப் போட்டுக்கிட்டாங்கன்னு சொன்னேன். அது நம்பல. நம்பாக்காட்டியும் போகுது. சும்மா கெடக்கலாமில்ல. பள்ளிக்கொடத்துல அட்மிசன் வாங்குனும்னு நீங்க தமிழ்க் காரங்க இப்பிடி ஏமாத்தி தேதி போட்டுகிட்டீகன்னு கத்துச்சு. இது என்னடா வம்பா போச்சு இம்புட்டு நாளா, சாதியத்தான் மட்டமா சொல்லி நம்பல தலநிமிரவுடாம செஞ்சாக. இப்ப என்ன தமிழ்க்காரககூட இந்தச் சபையில பறச்சாதி மாறித்தானோன்னு தோணுச்சு.

சரி இந்தம்மாவுக்கு நம்ம ஊர்ச் சங்கதி தெரியாதுல்ல. அதான் இப்படி வள்ளுன்னு உளுகுதுன்னு நெனச்சேன். பெறகு வெளக்கமா, எங்க ஊர்ப்பள்ளிக்கொடத்துல, இப்பிடி அட்மிசன் அது இதுன்னு கஷ்டமில்ல. எங்கள, வீட்டுக்கு வந்து டீச்சர்க பள்ளிக்கொடத்துக்கு புடுச்சிக்கிட்டு போவாக. அதுனால இப்படி தேதி கீதிய மாத்தி பள்ளிக்கொடஞ்சேர அவசியமில்லன்னு ஆர அமர வெளக்கினேன். அதுக்குப் பெறகும் அது நான் பொய் சொல்றேன்னு சொல்லுச்சு. சரிதான் இனி இவா கூட நமக்கென்ன பேச்சுன்னு வந்துட்டேன்.

பெறகுதான் போகப்போகப் புரிஞ்சுது, அத்த சபையில தமிழ்க்காரங்க தாழ்ந்த சாதி மாதிரின்னு. அப்ப பாத்துக்கங்க ஏநெலமய. நானு தமிழ்காரி. தமிழ்க்காரியிலேயும் பறச்சாதி வேறு. இருந்தாலும் தொடர்ந்து இருந்தேன். சிஸ்டர் ஆகுறதுக்குன்னு எங்கூட ட்ரெயினிங் படிச்ச பிள்ளைகளுக்கு ஒவ்வொருத்தரும் என்ன சாதின்னு தெரிஞ்சக்கனும்னு கொள்ள ஆச. அதுகளுக்குள்ளயே சாதியப்பத்தி பேசுவாளுக. ஒரு நா ஒரு பிள்ளை வந்து ஏங்கிட்ட நான் என்ன சாதின்னு கேட்டுச்சு. நான் ஏஞ்சாதியைச் சொன்னா நம்பமாட்டேங்குது. அதுக்கு மேலே என்ன செய்றது. சரிதான் போ. நம்புன்னா நம்பு நம்பலன்னா நான் என்ன செய்யட்டும்னு உட்டுட்டேன்.

டிரெயினிங்கெல்லாம் முடுச்சு சிஸ்டரா ஆறதுக்குக் கொஞ்ச நாள் இருந்துச்சு. அங்க இருந்த சிஸ்டரு ஒரு கிளாஸ்ல, சில சபைகள்ள அரிசனப்பிள்ளைகள சிஸ்டராச் சேத்துக்கமாட்டாக, அவுகளுக்குத் தனிச்சபை கூட எங்கேயோ இருக்குன்னாக. எனக்குத் தூக்கிவாரிப் போட்டுச்சு. என்னடா இது கடேசி நேரத்துல வந்து இப்படி சொல்லுதுன்னு மனசுக்குள்ள வெசனமாப்போச்சு. சரி எதுக்குங் கேட்டுக்குவோம்னு அவுககிட்ட போயி இந்த மாதிரி நானு ஒரு அரிசனப்பிள்ளை. ஒங்க சபையில அரிசனப்பிள்ளைகள சேத்துக்குவீகளான்னு

கேட்டேன். அவுக ஒடனே, வேற எந்த சபையும் ஒன்ன சிஸ்டரா கூப்பிடாகளான்னு கேட்டாக. ஆமா நானு இதுக்கு முன்னாடி ஒரு மடத்து பள்ளிக்கொடத்துல வேல பாத்துக்கிட்டு இருக்கையில், அவுக அந்த சபையில சேரச் சொன்னாகன்னு சொன்னேன். அப்ப அவுக கேட்டுருக்காகள்ள. அதுனால ஒன்னுமில்ல. நீ இங்க இருக்கலாம்னு சொன்னாங்க. எனக்கு அப்பிடியே அந்த எடத்துலயே மறஞ்சு இல்லாமப் போயிடமாட்டோமான்னு இருந்துச்சு. இந்த சாதி இல்லாத எடமே இல்லையான்னு பொலம்பிட்டு கெடந்தேன். அந்தா இந்தான்னு சிஸ்டராகிட்டு இன்னொரு மடத்துக்கு வந்து சேந்தேன்.

அந்த மடத்தையும், பள்ளிக்கொடத்தையும் பாத்ததுமே எனக்குப் பகீர்னு போச்சு. இந்ததுக்குள்ள எப்படித்தான் காலத்த ஓட்றதுன்னு மலப்பா இருந்துச்சு. மடத்துக்குள்ளயும் சாதிப்பிரிவன இல்லாம இல்ல. எடுத்த எடுப்புலயே அங்கிருந்த நெலவரத்தைப் புரிஞ்சுக்கிட்டேன்.

பெரிய பெரிய பணக்கார வீட்டுப் புள்ளைக படிக்கிற அந்தப் பள்ளிக்கொடத்ல, பள்ளிக்கொடத்தைக் கூட்டிக் கழுவிச் சுத்தம்பண்ண, கக்கூஸ்கழுவ இந்த மாதிரி வேலைகளப் பூரா எங்க சாதி ஆளுகதா பாத்துக்கிட்டு இருந்தாக. மடத்துக்குள்ளயும் அப்பப்ப கீச்சாதி சனங்களப்பத்தி கேவலமா பேசிக்கிட்டாக. கீச்சாதி சனங்கள மனுஷங்களா நெனச்சுக்கூடப் பேசமாட்டாக. நான் ஒரு கீச்சாதி சிஸ்டர்தான்னு அவுகளுக்குத் தெரியாது. எனக்குள்ள ஆங்காரம் அப்பிடி வரும். ஆனா அவுக பேசுன பேச்சைக் கேட்ட பெறகு, நானும் ஒரு கீச்சாதிக்காரிதான்னு பட்டுன்னு சொல்ல தயிரியம் இல்லாம போச்சு. வாய்வரைக்கும் வந்ததைக் கூட முழுங்கிகிட்டு சொல்லாம எனக்குள்ளயே அவஸ்தைப்பட்டுக்கிட்டு கெடந்திருக்கேன்.

அவுக ஐடியாப்படி, கீச்சாதின்னா ரொம்ப மோசமானவுக. ஒழுக்கமோ, சுத்தமோ, பண்பாடோ எதுவுமே இல்லாதவக. அவுகள மாத்தவே முடியாது. இவுகளுக்கு ஒதவி செய்றது நல்ல பாம்புகளுக்குச் செய்றமாதிரி. இப்படி என்னென்னவோ வாய்க்கு வர்ரதெல்லாம் பேசுவாக. நானு இடிச்ச புளியாட்டம் ஒக்காந்து கேட்டுக்குட்டு வெந்து செத்துகிட்டு கெடந்தேன். நானு ஒரு தலித்துன்னு சொன்னா இவுக என்ன எப்பிடி வச்சுக்குவாகன்னு நெனச்சு பாக்கையிலேயே நடுக்கமெடுக்கும். நானும் பயந்தாங்கொள்ளியா பொழப்பு நடத்திக்கிட்டு இருந்தேன்.

நான் தமிழ்க்காரினாக்கூட நாஞ்செஞ்ச சகல காரியத்தை யும் நல்லா தெறமையா செஞ்சதுனால, கொஞ்சம் மதிப்பாத் தான் இருந்தேன். ஆனா அங்க இருந்த மட்டமான அத்தன

வேலையும் தலித் ஆளுக செய்றதையும், அவுகள கன்னா பின்னான்னு திட்டுறதையும், அவுகள மானக்கேடா ஈனத்தனமா நடத்துறதையும் பாத்தா வயுத்தெரிச்சலா இருக்கும். இந்த ஆளுகளும் இந்த சிஸ்டர்களுக்கும், இவுககிட்ட குமிஞ்சுகெடந்த துட்டுக்கும், பவருக்கும் பயந்துக்கிட்டு, வயசான மனுசங்ககூட பச்சபுள்ளயாட்டம் அஞ்சி, நடுங்கி, ஒடுங்கி, மானம் மரியாதை எல்லாத்தையும் மண்ணுக்குள்ள பொதைச்சுட்டு ஓடியாடி வேலை பாக்குதப் பாக்கும்போதும் வேதனையா இருக்கும். இவுககிட்ட போய் இப்படி எதுக்குப் பயந்துசாகனும் ஒங்க வேலய ஒழுங்காப்பாத்துட்டு சம்பளத்தை வாங்கிட்டுப் போக வேண்டியதுதானேன்னு சொன்னா, நீங்க என்ன இன்னைக்கு இங்க; நாளைக்கு எங்கோய போறவுக. சொல்லிப்பிட்டு போயிருலாம். நாங்கல்ல இவள்க கிட்ட கெடந்து அவஸ்தைப்படனும்னு சொல்லுவாக. அதுவுஞ்சரிதான்னு தோணும்.

இந்தச் சமுதாயத்துல கீச்சாதியில பெறந்துட்டா. சாகுர வரைக்கும் கேவலப்பட்டு, சீரழிஞ்சுதான் பொழைக்க வேண்டியதா இருக்கு, செத்தப்பெறகுங்கூட சாதி வித்தியாசம் போறதுல்ல. எங்குட்டுப் பாத்தாலும், என்ன வேல செஞ் சாலும், என்ன படிப்பு படிச்சாலும், மூலமுடுக்கெல்லாம் இத்த சாதிவெறி நம்பள பேயாட்டம் ஆட்டிப்படைக்குது. இதுனால, நாலுபேரப்போல நல்லாபடிச்சு வளந்து முன்னேறுதுக்கு வழி இல்லாம நசுங்கிப்போயி முழி பிதுங்கிப்போயி இருக்க வேண்டியதா இருக்குது. இதுனால நாத்தமெடுத்த வாழ்க்க தான் நமக்குக் கெடச்சகெதியா இருக்கும்.

கீச்சாதியா பெறந்துட்டாலே ஒவ்வொரு நிமிசமும் தெணறித் தான் வாழ வேண்டி இருக்குது. இன்ன சாதின்னு தெரிஞ்ச ஒடனே மொகத்த சுளுச்சு அறுவெறுப்பா நம்பள பாக்குறாக. அப்பிடிப்பாக்கையில மனசுக்குள்ள எம்புட்டு வலின்னு சொல்ல முடியாது! வலியோட கோவமும் வரும். நம்ம கோவம் அவுகள என்ன செஞ்சிற முடியும்! கோவத்த முழுங்கிக்கிட்டு, கேவலப்பட்டுக்கிட்டே வாழவேண்டியதா இருக்கு.

எந்த வெதத்துல மேச்சாதிக்காரக ஒசந்துபோனாக; நாங்க தாந்துபோயிட்டோம்? அவுககிட்ட பணமிருக்கு. எங்ககிட்ட அதுஇல்ல. எங்ககிட்டயும் பணமிருந்தா அவுகளுக்கு மேல நாங்க படிச்சு முன்னுக்கு வரமாட்டமா என்ன? பாக்கப்போனா எல்லாத்துலயும் அவுகளப்போல அவுகளவிடவும், ஒசந்து நின்னாலும், இந்த சாதியினால கேவலமும், வேதனையும் பட்டுத்தான் ஆகவேண்டி இருக்குது.

ஊர்தேசம் போம்போது வண்டிகள்ள சேந்துகூட ஒக்கார அருவருப்புபடற அளவுக்கு என்னத்துல நாங்க

அசிங்கமா போனோம்? என்னமோ பெருவியாதிக்காரன பாக்குறமாறில்ல நம்பள பாக்குறாக. எங்குட்டுப் போனாலும் இடிதான், வலிதான். இதுக்கு ஒரு விடிவு காலமே வராதா? படிச்சவ, படிக்காதவன்னு வித்தியாசமே இல்ல. எல்லாப்பெய மக்களும் சாதிவெறிபுடுச்சுத்தான் அலையுதுக. இது என்ன, கடவுளுக்காக சேவை செய்யப் போறோம்னு சொல்லிக்கிட்டுப் போற கன்னியாஸ்திரிமாரு, சாமியாருக கூட சாதி வித்தியாசம் பாக்கத்தாஞ்செய்றாக. ஏந்தா இந்த சாதில பெறந்தோம்னுகூட நெனச்சு கஸ்டப்பட்டுருக்கேன்.

தலித்துகன்னா மனுசப்பெறவிக இல்லயா? இவுகளுக்கு புத்தி இல்லயா? மான மரியாதை ஒன்னும் இல்லயா? இவுகளுக்கென்ன அறிவு, அழகு, அந்தஸ்துன்னு எதுவுமே இல்லயா? எதுல கொறஞ்சு போனாக? ஏதோ மான ஈனமில்லாத அடிமைகன்னு நெனச்சு அடாவிடித்தனமா நடத்துறாக. இதப் புரிஞ்சுக்கிட்டு, கொஞ்சம் ஒணர்ச்சியுள்ள மானஸ்தனா யாராவது தலித்துக வாழ நெனச்சுட்டா அது என்னமோ நடக்க வேண்டாத ஒன்னு நடந்துபோன மாறில்ல குதிக்கிறானுக? காலாகாலத்துக்கும் மாடா ஒழைக்குறவனுக ஒழைச்சு ஓடாத் தேயனும்; முன்னுக்கு வந்துரவே கூடாதுன்னு சதிவேல பண்ணுறானுக.

இப்பிடிப் பரம்பரை பரம்பரையா அடிமைகளா வச்சு அசிங்கம்னு சொல்லிச்சொல்லி, தலித்துகளே நம்ப அசிங்கமானவுக, மானமரியாதை இல்லாதவுக, தீண்டத்தகாதவுகன்னு நம்பி, தாங்களாகவே ஒதுங்கிக்கிற நெலமைக்கு ஆளாயிட்டாக. இதுதா ரொம்பப் பெரிய அநியாயம். இதத்தான் பெறக்கிற பச்சப் பிள்ளைகளுக்குஞ் சொல்லிக்கொடுத்து வளக்குறாக. இதுனால என்ன ஆகுதுன்னா தலித்துகளுக்கு வெமோசனமோ, விடுதலையோ கெடைக்க வழி இல்லாமலே போகுது.

ஒறங்கிட்டுக் கெடக்குற நாம ஒவ்வொருத்தரும் கண்ண முழுச்சுப் பாக்கனும். இதுதா நம்ம விதின்னு சொல்லிக்கிட்டு அடிமைத்தனத்த, அநியாயத்தை, ஒணர்வு கெட்ட ஜென்மங்களா அப்பிடியே ஏத்துக்காம, இந்த நெலய மாத்த துணிஞ்சு நிக்கனும். சாதிய வச்சு சல்லித்தனஞ் செய்யுற எல்லாத்தையும் நொறுக்கிப்போட்டு, மனுசனுக்கு மனுசன் என்ன ஒசந்தவ தாழ்ந்தவன்னு செஞ்சு காட்டனும். நம்பள அமுக்கி சொகங் கண்டவன் சாமானியத்துல நம்பள உடமாட்டான். நாமதா அவனுகள வைக்கவேண்டிய எடத்துல வச்சு எல்லாஞ் சமந்தான்னு சமுதாயத்தை மாத்திக் காட்டனும்.

3

எனக்குப் பதினொரு வயது. எங்கம்மாவுக்கு ரெட்டப்புள்ளைக பெறந்துச்சு. அப்ப எனக்கு நல்லா நெனவு இருக்குது. ஒரு தம்பியும் தங்கச்சியும் சேந்து வந்தது எங்களுக்குச் சந்தோசந்தான்னாலும், பெரியவுக என்னத்துக்கோ கஸ்டப்பட்டுக்கிட்டாக. வளக்குரதுக்கு ரொம்பச் சங்கட்டமா இருக்குமாம். அதெல்லாம் எனக்குப் புரியக்கூடிய வயசில்ல. அந்த டயத்துலதா எங்க சாதிக்கும் சாலியக்குடி ஆளுகளுக்கும் அடிக்கடி தகராறு வந்துக்கிட்டே இருந்துச்சு. செல சமயங்கள்ல பெரிய பெரிய சண்டைங்கல்லாம் வந்துருக்கு.

கிறிஸ்தவக பெணத்தப் பெதைக்குற கல்லறை சாலியக்குடிப் பள்ளிக்கொடத்துப் பக்கம் இருந்துச்சு. அதுல எங்க தலித் சனங்கள மட்டும் பெதப்போம். ஒசந்தசாதி கிறிஸ்தவகளுக்குத் தனிக் கல்லறை. அது பஸ்டாண்ட்டுக்குத் தள்ளி இருந்துச்சு. எங்க கல்லறைய சாலியக்குடிக்குச் சொந்தமின்னு சொல்லித்தான் ரெண்டு சாதிக்கும் சண்டக்காடு நெறிஞ்சது. கல்லறய சண்ட கிண்ட போட்டு வாங்கிட்டா, பள்ளிக்கொடத்துக்கு வெளாட்டு மைதானமா, தோட்டமா ஆக்கிப் போடலாம்னு சாலியப் பெயலுகளோட திட்டம். அதுனால தொடந்தடியா சண்டை வந்துக்கிட்டே இருந்துச்சு.

எங்கதெரு ஆளுகளோட பேச்சுல இருந்து, சாலியப் பெயலுககிட்ட அம்புட்டு புத்தியோ, வெவரமோ கெடயாதாம். ஒரக்கப் பேசிட்டாக்கூட ஒன்னுக்கிருந்துவானுகளாம். அம்புட்டுத்தான் அவுகளுக்கு இருக்குற தைரியமாம், வீராப்பாம்.

ஆனா எங்க சாதிக்கிட்ட இருக்குறதவிட தோட்டந்தொரவு, பணமெல்லாம் நெறய்ய அவனுககிட்ட இருக்குதாம். அத வச்சுக்கிட்டுத்தான் இந்தக் குதி குதிக்கிறானுகளாம். மத்த சாதிக்காரப் பெயலுகளும் சாலியனுககிட்ட, இந்த பறப்பெயலுகளுக்காகப் பயப்பட்டுக்கிட்டு கெடக்குறீகன்னு ஏத்தி உட்டுருக்கானுக. அதுனால சாலியப் பயலுக, எங்க ஆளுகளோட தைரியத்தையும் பெலத்தையும் தெருஞ்சும் உடாப்புடியா சண்டை போட்டுக்கிட்டேதான் இருந்தானுக.

சாலியக்குடி வழியா பள்ளிக்கொடத்துக்குப் போற புள்ளைகளப் பூரா அங்கிட்டுக்கூடிப் போக வேண்டாமுன்னு சொல்லிட்டாக. பஸ்டாண்டுக்கோ, காடுகரைகளுக்கோ அப்பிடிக்கூடிப் போறவுக உசாரா போய் வரனும்னு சொல் லிட்டாக. பொம்பளப் புள்ளைக ஒத்தயில அங்குட்டு போக வேண்டாமுன்னும், ஆம்பளக எப்பயும் இடுப்புல ஒரு ஆயுதத்தோட போகனும், வரணுமுன்னும் சொல்லிட்டாக. இம்புட்டுச் சொல்லியிருந்தும் ஒரு நாளு சாயங்காலம் வடக்குத்தெரு இழுவபுருசனைச் சாலியக்குடி ஆளுங்க குத்திப்போட்டாகன்னு ஊரே பதறிகிட்டு அங்கிட்டு, இங்கிட்டுமா எல்லா ஓடுனாக. ஒரே ஒப்பாரியும் கூப்பாடுமா கேட்டது.

பள்ளிக்கொடத்துல இருந்து அப்பத்தா நானு வீட்டுக்கு வந்திருந்தேன். தெருவுல எல்லாரும் ஓடுறதயும், பொம்பளைக தலயுல அடுச்சுட்டு அழுகுறதயும் பாக்கையில மனசு திக்கு திக்குன்னு அடிக்குது, வெவரம் ஒன்னும் புரியல. எங்கம்மாவும் பாட்டியும் எங்கள வெளியே போகக் கூடாதுன்னுட்டாங்க. வாசக்கிட்ட நின்னுக்கிட்டு ஒன்னயும் பாக்க முடியல, எங்க பாட்டி வெளிய போயி என்ன ஏதுன்னு வெவரம் தெருஞ்சுக்கிட்டு வந்தாக.

“அவா இழுவ புருசன் எம்மந்தட்டி ஆளு, அவனயே சாலியப்பெயக குத்திச் சாச்சுட்டானுகளே.”

“ஒரு தொடயில ஈட்டிக்கம்பு வச்சு குத்துனது மறாது பக்கத்துக்கு தொளச்சுக்கிட்டு வந்துருக்காம்.”

“ரத்தமான ரத்தமாம். அங்னயே சாஞ்சுருச்சாம் அந்த பெரீய்யா. நல்ல காலத்துக்கு அந்த மாமா பணியார முத்து அந்நியாரம் பாத்துட்டு வந்து ஊருக்குள்ள சொல்லியிருக்கு. இல்லன்னா இருந்த கொற உசுரும் அங்னகுள்ளயே போயிருக்கும்.”

“ஒடனே வண்டியக்கெட்டி தர்மாஸ்பத்திரிக்குத் தூக்கிட்டுப் போறாகளாம். பொழச்சா மறுபொழப்பாம்.” இப்படி தெருக் காட்டுல பலமாதிரி பேசிக்கிட்டாக.

தெருவுல இருந்த ஆம்பளைகளுக்குக் கோவம்னா இன்ன மட்டும்னு இல்ல. "இவ எம்மாத்திரஆளு. இவனுக தரத்துக்கு நம்மபயலுகளக் குத்திட்டாம்னா கேவலமா இருக்கு. சே, அசிங்கம்டா. பறப்பெயலுக சாலியங்கையால குத்துப்பட்டுச் செத்தாம்னு சரித்திரத்துலயே கெடயாது" – அப்படீன்னு ரொம்ப வீராவேசத்தோட சொல்லிட்டு புளிச்சுன்னு வெத்தல எச்சியத்துப்புனாரு மாமா பரலோகம்.

"அவனுக்குக் கடுகத்தன வீரமிருந்தா, நேருக்கு நேர வந்து சண்டைபோட்டுல்ல குத்தனும். பொட்டக் கண்டாரளிக, சும்மா போனவனப் புடுச்சு குத்திருக்காளுக."

"நீங்க ஒருசாதிக்குப் பெறந்த பெயல்கனா அவனுக ஒரு ஆளகுத்துனதுக்குப் பதுலா அவனுகள்ளப் பத்துப்பேரக் குத்திக் கொடல உருவிமாலபோடனும். அப்பத்தான் அவனுக மப்பு அடங்கும்."

இப்பிடி தவசிக்கெழவிச் சொல்லிக்கிட்டு இருக்கையிலேயே திமுதிமுன்னு ஆளுக கத்திகளும், கம்புகளும், தூக்கிக்கிட்டு கல்லறப் பக்கம் ஓடுனாக. ஆம்பள பொம்பள அத்தனபேரும் ஓடுனாக. அவுக பின்னால சின்னஞ் சிறுசுக அழுதுக்கிட்டே ஓடுனாக. அவுகளோட தெரு நாய்களும் கொரச்சுக்கிட்டே ஓடுச்சுக. தெருவே காலியானமாறி வெறிச்சோடிக்கெடந்துச்சு. மடத்துச் சாவடில ரெண்டு மூனு வயசான கெழவங்க மட்டும் ஒக்காந்து கெடந்தாக.

கல்லறத் தோட்டத்துல சண்டைக்காடு நாறிப்போச்சாம். சாலியனுக பொண்டுகப் பெயல்ககணக்கா மரத்துகளுக்குப் பின்னால ஒளுஞ்சுக்கிட்டு கல்லுங் கட்டியுமா எறுஞ்சானுகளாம். எங்க ஆளுக முன்னேறிப் போகப் போக திரும்பிப் பாக்காமக்கூட ஓட்டமா ஓடிப்போயி பள்ளிக்கொடத்துக்குள்ள போயி கதவச் சாத்திக்கிட்டானுகளாம்.

'ங்கோத்தா, கையில சிக்கியிருந்தா பெணஞ்சிருப்பேன் பெணஞ்சு.'

"நம்ம தலயக் கண்டாலே ஓடுற வெங்காயப் பெயலுக. இவனுகளுக்கெல்லா எதுக்கு இந்த ராங்கித்தனம். தேவிடியாப்பெயமக்க."

இப்பிடி இன்னும் நெறய்யா கெட்ட கெட்ட வார்த்தைகளச் சொல்லி வஞ்சுக்கிட்டே மறுபடியும் தெருவுக்குள்ள ஆள் நடமாட்டம் வந்துருச்சு.

கொஞ்சநாளைக்கு ரெண்டு பக்கத்துலயும் அமேதியா இருத்துச்சு. பெறகு ஒருநாளு திடீர்னு சாலியக்குடி ஆளு யாரையோ

எங்கதெரு ஆளுக அடுச்சுப்போட்டாகன்னு சண்டவந்துச்சு. ஒடனே சாலியக்குடி ஆளுக போயி போலீஸ்டேசன்ல எங்க ஆளுகமேல கேசு எழுதிக்குடுத்துட்டாக. செஞ்சது செய்யாதது எல்லாஞ்சேத்து சோடன பண்ணி கேசு போட்டாகளாம்.

"அந்தமச்சா சின்னப்பனக் குத்துன அன்னைக்கே போலீசுல நம்ம போய் எழுதிக் குடுத்துருக்கனும். அப்பப் பேப்பயலுகளாக இருந்துட்டோம். இப்பப் பாரு சும்மா தொட்டதுக்கு எப்பிடி கேஸ சோடிச்சுட்டான்னு" – வர்க்கீசு பொலம்புனாரு.

"அடிச்சவமேல மட்டுங் கேசு போடலியாம். பறையனுக எல்லார்மேலயுங் கேசு போட்டானாம்."

"எல்லாப் பெயலுக மேலயுங் கேசு எதுக்குடா போடுவான். அடுச்சவ மேலதான போடனும்?"

"நம்ம ஆளுக பூரா சாலியக்குடிக்குள்ள போயி அவுக பள்ளிக்கொடம், வீடு, கோயில் எல்லாத்தையும் அடுச்சு நொறுக்குனமாம்; ஓடுகள கல்லுட்ட எறுஞ்சு ஓடச்சமாம். பொம்பள புள்ளைகள கையப் புடுச்சு இழுத்து மானபங்கப்படுத்துனமாம், வீட்டுக்குள்ள நொழஞ்சு கெடச்ச சாமானுகள அள்ளிக்கிட்டு வந்தமாம் – இப்பிடி எழுதிக் குடுத்துட்டானுகளாம்."

"செரி, இந்த போலீஸ்காரனுக என்ன புத்திக்கெட்டுப் போயா அலையுறானுக. வெசாரிக்க வேண்டியது தான."

"அதான, சொல்றவஞ் சொன்னாம்னா கேக்குறவனுக்கு மதி எங்க போச்சு? அவனுக தெருக்காட்ல போயி ஏதாச்சும் அழிமாண்டம் இருக்கான்னு பாக்கட்டும்."

"அதுக்குத் தக்கன சாலியப்பெயல்களே ரெண்டு மூனு ஓடுகள அங்னயும் இங்னயுமா ஓடச்சு வச்சுக்கிட்டு கல்லுகரடுகள அங்கங்கே குமிச்சு எல்லாம் செட்டப்பண்ணிட்டானுகளாம்."

"பெறகு இப்ப என்னல செய்றது நம்ம?"

"அதான் மச்சா, ஊர் நாட்டாமக்கிட்ட சொல்லி வீட்டு வீட்டுக்கு வரிப் பிரிக்கனும். பிரிச்சு தேவையான ஆயுதங்களை செஞ்சு வைக்கணும். அந்த கட்டெறும்பு மகனுக்கு நாட்டு வெடி செய்யத் தெரியும். அதயும் செஞ்சு வச்சுக்கிடுவோம். இவனுக இம்புட்டு சொன்னமட்டுக்குஞ் செஞ்சே காட்டனும். இவனுகள சும்மா உடப்புடாது." இப்பிடி பேசி முடிச்சப்பெறகு ஆகவேண்டிய காரியங்களப் பாக்கக் கௌம்பிட்டாக.

இதெல்லாம் கேக்க கேக்க, எனக்கு இந்தக் கல்லறச் சண்டயப் பாக்கனும்னு ஆசயா இருந்துச்சு. ஆனா வீட்ல

உடமாட்டாங்கன்னு தெரியும். சண்ட நடக்குற நேரத்துல வீட்டுக்குள்ள வச்சுக்கிட்டு வெளியே உடமாட்டாக. பள்ளிக் கொடத்துக்கு லீவு உட்டாச்சு. இந்த டயத்துல பாத்து ஏந்தம்பிக்கும், தங்கச்சிக்கும் சொகமில்லாமப் போச்சு. ரெட்டப் பிள்ளைகன்னா அப்பிடித்தானாம். எந்தச் சீக்கு வந்தாலும் சேந்தேதா வருமாம். எங்கம்மா ஒரு பிள்ளையும், எங்க பாட்டி ஒரு பிள்ளையுமா தூக்கிக்கிட்டு ரெண்டு மைலுக்கு அப்பால இருந்த ஆஸ்பத்திரிக்கு நடந்தே போனாங்க. போம்போது எங்கிட்ட வீட்டையும், தங்கச்சியையும் பாத்துக்கச் சொல்லிட்டுப் போனாக. அப்ப வீட்ல பெரியவ நாந்தான். எனக்கடுத்து ஏழு வயசுல ஒரு தங்கச்சி இருந்தா.

கொஞ்ச நேரத்துக்கெல்லாம் தெருவுல ஒரே சத்தமா இருந்துச்சு. வெளிய போய் லேசா எட்டிப் பார்த்தேன். திரும்பியும் கல்லறயில சண்டை நடக்குதுன்னு சொல்லிக்கிட்டே ஆணும் பொண்ணுங் கெழக்காம ஓடுனாக. எனக்கும் போகனும்னு ஆசை. எங்க வீட்ல இருந்து கல்லறைக்குப் போனும்னா, நாலஞ்சு தெரு கடந்து, ஊர்க் கடேசிக்குப் போகனும். கல்லறையில பெரிய அத்திமரம் இருக்குது. முன்னாடி அதுல அத்திப்பழம் பெறக்கப் போயிருக்கேன். அங்க நெல்லுக்களம் வச்சு அடுச்சப்ப நெல்லு தூக்க பிள்ளைகளோட போயிருக்கேன்.

சண்டயப் பாக்க போவமுன்னும் இருக்கு. வேண்டாமுன்னும் இருக்கு. எங்கம்மா வந்துட்டா அடிப்பான்னு பயம்மாவும் இருக்கு. கொஞ்ச நேரம் தயங்கிட்டே இருந்தேன். பெறகு துணிஞ்சு தங்கச்சிய வீட்டப் பாத்துக்கச் சொல்லிட்டு நானுங் கல்லறைக்கு ஓடினேன்.

எங்க தெருப்பக்கத்துல இருந்துக்கிட்டு எங்காளுக கல்ல வச்சு எறுஞ்சுக்கிட்டு இருந்தாக. எங்க பெரிய்யாகூட நின்னுக்கிட்டு எறுஞ்சதப் பாத்தேன். அப்பிடி எறுஞ்சுக்கிட்ட கம்புகளயும் தூக்கிக்கிட்டு ஆம்பளக முன்னாடி போக, பொம்பளக சின்னப்பிள்ளைக எல்லாம் பயந்துக்கிட்டே கொஞ்சங் கொஞ்சமா பின்னாடி போனோம். சாலியங்குடிப் பக்கமிருந்து ஒரு பயலுகளக்கூட காணோம். அவுக கல்லு வச்சு எறியவுமில்ல. அவுக தோத்துப் போயிட்டாகன்னு நெனச்சுக்கிட்டேன். ஏ வயசுப்பிள்ளைக பூராஞ் சேந்துக்கிட்டு அப்பிடித்தான் பேசிக்கிட்டோம். சாலியக்குடில ஆளுக ஓடி ஒளுஞ்சுக்கிட்டாக. நம்மதா செவிச்சுட்டோம்னு சந்தோசமா பேசிக்கிட்டு இருந்தோம்.

சந்தோசப்பட்டுக்கிட்டு இருக்கும்போதே அது வெசனமா மாறிப்போச்சு. திடீர்னு சாலியக்குடியில இருந்து எக்கச் சக்கமான

போலீசுக்காரங்க கம்போட வந்து எங்க ஆளுகள வெரட்டி வெரட்டி அடுச்சு, கையுல அம்புட்டவுகள எல்லாம் புடுச்சு கண்டமானிக்க அடுச்சு கைது பண்ணிட்டாக. இம்புட்டு நேரமும் இந்த போலிசுக எங்ன ஒளுஞ்சிருந்தாகன்னே தெரியல. தப்புச்சோம் பொழச்சோம்னு எல்லாரும் பின்னாங்காட்டி ஓடுனோம். ஆம்புளைக பூரா வயக்காட்டுச் செம ஓடி ஒளுஞ்சாக. போலீசு வெரட்டிவெரட்டி புடுச்சாக. ஓடமுடியாதவக வரப்புகளுக்கெடயிலபடுத்து மூச்சப்புடுச்சிக்கிட்டு கெடந்தா களாம். போலீசு ஊருக்குள்ளயும் வந்து பாத்த ஆம்பளைகளப் பூரா அடி பின்னிடுச்சு. அடுச்சு அடுச்சு போலீஸ் லாரில ஏத்துச்சு. அதுனால ஆம்பளைக கம்மாக்கர வழியா ஓட்டமா ஓடி கொஞ்சம் பேரு தப்புச்சாக. வயலு வரப்புகளுக்குப் போயிருந்தவகள அப்பிடியே ஊருக்குள்ள வராம மலங்காட்டுப் பக்கமா இருக்கச் சொல்லிப்புட்டாங்களாம்.

நாங்க சின்னப்பிள்ளைக, பொம்பளைக எல்லாம் உளுந்தடுச்சு ஓடியாந்து வீட்டுக்குள்ள புகுந்துக்கிட்டோம். வெளிய பூரா போலீசுகாரங்க டப் டப்புன்னு பூட்ஸ் போட்டு நடக்குறதும், டம் டம்னு ஆளுகளப் புடுச்சு அடிக்குறதும். அவுக ‘ஐயோ அம்மா’ன்னு வலி தாங்கமாட்டாம அலறுரதுமா இருந்துச்சு. புருசன, புள்ளைய, அப்பன, அண்ணன, தம்பிய, சொந்தக்காரகள போலீசு அடிக்குறதப்பாக்குற பொம்பளைகளும் பரிதாபமா கத்தி கத்தி அழுதாங்க. எங்க வீட்ல ஆம்பளைக யாரும் அப்ப இல்ல. அப்பாவும், அண்ணனும் வெளிஊர்ல இருந்தாக. ஆனா எனக்கும் அழுகை அழுகையா வந்துச்சு. அழுதேன். எனியப்பாத்துட்டு ஏந்தங்கச்சியும் அழுதா. நாங்க அழுதுக்கிட்டு இருக்கையிலேயே ஆஸ்பத்திரிக்குப்போன எங்கம்மாவும், பாட்டியும் வீட்டுக்கு வந்துசேந்துட்டாங்க.

வரும்போதே போலீசுக்காரனுக ஆம்பளைகளப் புடுச்சு அடுச்சு அரெஸ்ட் பண்ணுறதை எங்கம்மாவும் பாட்டியும் பாத்துட்டு பயந்துபோய் வந்தாக. என்னடி, என்ன ஆச்சுடி? திரும்பியும் சண்டையான்னு எங்க பாட்டி கேட்டாக.

நான் நடந்ததைப் பூராஞ் சொன்னேன். ஒனிய யாரு கல்லறைல போய் பாக்கச் சொன்னது? கல்லெறிபட்டு மண்ட கிண்ட ஒடஞ்சா என்ன செய்றதுன்னு சொல்லிட்டு அத்தோட உட்டுட்டாக, அப்ப நெலவரம் அப்பிடி இருந்துச்சு. அதுனால தப்பிச்சிட்டேன். வேற ஒரு நேரம்னா நல்லா அடி வாங்கி இருப்பேன்.

சாயங்காலம் வரையுல தெருவுகள்ள அழுகையுங் கூப்பாடும் நிக்கல. சாயங்காலத்துல்ல தெருவே மயானக்காடுமாறி சத்தஞ்

சந்தடி எதுவுமில்லாம வெறிச்சோடிக் கெடந்துச்சு. ஒரு ஆம்பிளயப் பாக்க முடியல. பொம்புளகமட்டும் அங்ன இங்னயுமா கூடிக்கூடி குசுகுசுன்னு என்னமோ பேசிக்கிட்டாக. எனக்கு ஒன்னுமே வெளங்கல. எங்க வீட்லயும் யாரும் யாருகிட்டயும் பேசல. கம்னு உக்காந்து கெடந்தோம். அப்பப்ப தம்பி, தங்கச்சி தொட்டியில கெடந்து அழுதாக்கூட சத்தம் போடக்கூடாதேன்னு பயந்து ஓடிப்போய் தொட்டிய ஆட்டுனேன். ஊரே அமைதியா இருக்கையுல அந்தப்புள்ளைக அழுகுறது நெஞ்ச அறுத்துட்டு போறது மாறி வலிக்கும். ராத்திரி பாட்டி வந்தா. வந்து அன்னைக்கு நடந்த வெசயத்தைப் பூராஞ் சொன்னா.

“சாலியக்குடிகாரனுக அதென்னமோ ரெசர்வ் போலீசாம் அவுகள செவகாசில இருந்து கூட்டியாந்து வச்சு ஆடறுத்து விருந்து வைக்கானாம். நம்ப பயலுகள ஒழிச்சுக் கட்டனும்னு கெங்கணம் கெட்டிக்கிட்டு பணத்தைப் பணமுன்னு பாராம தெனம் ரெண்டு ஆடு வெட்டி சோறு போடுறானுகளாம், நமக்கு அப்பிடி ஐவசு இருக்கா? குடிக்கக் கூழுத் தண்ணிக்குக்கூட நாம கஸ்டப்பட வேண்டி இருக்கு. பெறகு எப்படி போலீசு சர்க்காரு நம்மபக்கம் இருப்பாக?

“கண்ல ஆப்ட அத்தன ஆம்பளையையும் அடுச்சுக் கொண்டு போயிட்டானுகளாம்.”

“கொண்டுபோய் என்ன பாட்டி செய்வாகன்னு கேட்டேன்.”

“கொண்டுட்டுபோயி ஆட்ட மாட்ட வெளுக்குறமாறி சும்மா கண்ணு மூக்குத் தெரியாம அடுச்சு அர உசுருங் கொற உசுருமா செயிலுக்குள்ள அடச்சுப் போடுவானுகன்னு சொன்னாக.

“அடச்சுப்போட்டு சோறு தருவாகளான்னு கேட்டேன்.”

“சோறாவது மண்ணாவது. பேருக்கு இத்தினி கேப்பக்களி, சோழக்களி குடுப்பானுகளாம். பணக்காரக, ஒசந்தசாதிக்காரக, போலீசுக்கு வேண்டப்பட்டவனுகன்னா லேசா ரெண்டு தட்டுவாகளாம். அவுகள செயில்ல நல்லா கெவனிப்பாகளாம்.

“பெறகு எப்ப பாட்டி வீட்டுக்கு உடுவாங்கன்னு கேட்டேன்.”

“பொழச்சுக் கெடந்தா தெரியாதா. அம்புட்டு அடிவாங்கிட்டு சித்திரவதப்பட்டுட்டு, கேசு, வாய்தா அது இதுன்னு முடிஞ்சு எப்ப வருவாகளோ ஆண்டவனுக்குத்தான் வெளிச்சம் என்றார்கள்.

அன்னைக்கு ராத்திரி யாருக்குமே ஒறக்கம் வரல. ராத்திரி பூரா போலீசு தெருவுல சுத்திச் சுத்தி வந்துச்சு. தெருவுல ஒரு சத்தங்கூட இல்ல. போலீசுக்காரங்க நடக்குற பூட்சு சத்தமும், நாய் கொலைக்குற சத்தமுந்தான் கேட்டுச்சு. போலீசு நடக்குறதே

கருக்கு 45

பயம்மா இருந்துச்சு. ஒவ்வொரு பூட்சு காலையும் என்னோட நெஞ்சு மேல வச்சு அமுக்கி மிதிக்கிறமாறி இருக்கும். கத்தி அழவரும். பயத்துல தொண்டயப் புடுச்சிட்டு படுத்துக்கெடந்தேன். எடையுல எங்குட்டாச்சும் பச்சப்பிள்ளைக அழுக ஆரம்பிச்சா ஒடனே பொம்பளைக வேகமா அழுகச் சத்தத்தை நிப்பாட்ட முடிஞ்சதெல்லாம் செய்தகா. எங்க வீட்லயும் அப்பிடித்தான். அழுகச் சத்தத்தைக் கேட்டுட்டு போலீசு வீட்டுக்குள்ள வந்துடு வானோன்னு மனசுக்குள்ள பயம். சின்னச்சத்தங்கூட பெரிசா வந்து கேட்டு கொல நடுங்கச் செய்யும்.

மறுநாள் காலைல, ஆம்பளைங்க செய்த வேலைகளையுஞ் சேத்துப் பொம்பளைகளே செய்தாக. போலீசும் சுத்திச் சுத்தி வந்தது. தப்பிச்சு ஓடுன ஆம்பிளைகளப் பூராம் புடுச்சுட்டுப் போகத்தான் சுத்துராகளாம். காலைல வெளித் திருணயுல வந்து பயந்து பயந்து ஒக்காந்தேன். அங்கதான் நெறயப் பொம்பளைக பேசிக்கிட்டு இருந்தாக. மொதல் நாளு நடந்ததப் பத்தி ரகசியம் பேசுறமாறி ரொம்ப மெதுவா பேசுனாக.

“நடுத்தெருவுல யாரோ அல்போன்ச போலீசு ரொம்ப அடுச்சாகளாம். ரத்த ரத்தமா கக்குனாராம். பொழைக்குறது கஸ்டம்னாக.”

“வடக்குத் தெருவுல, மாரியப்ப மகனப்புடுச்சு அடிக்கையில அவெ மடியில இருந்து அஞ்சு ரூபா நோட்டு கீழ உளுந்துச்சாம். அத அவுக அம்ம போய் அழுதுக்கிட்ட குனுஞ்சு எடுத்தாளாம். ஒடனே போலீசு பூட்சு காலூட்ட அவ அடவகுத்தல பார்த்து ஒரே மிதி மதிச்சு தள்ளிட்டு ரூவாயை எடுத்து வச்சுக்கிட்டானாம்.”

“வடக்குத்தெரு வாத்தியாரப் புடுச்சு ரெண்டு சாத்து சாத்திருக்கானுக. அவரு கையெடுத்துக் கும்புட்டு ‘சார் நான் வாத்தியார் சார். இதுல எல்லாம் தலயிடல சார்னு’ கெஞ்சுனாராம். ரெண்டு அடியோட உட்டுட்டுப் போயிட்டாகளாம்.

இப்பிடிப் பேசிக்கிட்டு இருக்கையில போலீசு பூட்சு சத்தங்கேக்கவே எல்லாரும் ஓடிப்போனாங்க. நானும் வேகமாக வீட்டுக்குள்ள வந்து கதவச் சாத்திக்கிட்டேன்.

வழக்கம்போல பொம்பளைக கூலி வேலைக்கு காட்டுக்குப் போனாக. அப்பிடிப் போம்போது காட்டுப்பக்கம் ஒளுஞ்சு கெடந்த ஆம்பிளைகளுக்குக் கூழு கொண்டுபோய் குடுத்துட்டு ஊர் நெலவரத்தையும் சொல்லிட்டு வந்தாக. ஆம்பிளைக சம்பாத்தியம் இல்லாமலே பொம்பளைக சமாளிச்சிட்டு வந்தாக. தெனமும் போலீசு தெருவச் சுத்தி வந்தது. பெறகு வீடு வீடா நொழஞ்சு ஆம்புளைகள தேடிப் புடிக்க அரம்பிச்சுட்டாங்க.

வீட்டுக்குள்ள ஆம்பளைகள மறச்சு வச்சிருக்கிறதா பள்ளப் பெயலுக சொல்லிக் குடுத்துட்டானுகளாம். இதக் கேட்டுட்டு எங்க பாட்டிக்கு ரொம்பக் கோவமா வந்துச்சு. இந்தப் பள்ளனுக பாரு என சனத்தையே காட்டிக் குடுக்குறானுக. இவனுக போலீசுக்குப் பயந்துட்டு ஒளுஞ்ச டயத்துல, பூராப் பெயலுகளும் பறப்பெய வீட்டுக்குள்ளதா கெடந்தானுக. சோறு தண்ணிகூட குடுச்சுக்கிட்டு இருந்தானுக. நம்ம சனமுன்னுதான நாம மறச்சு வச்சு இவனுகள காப்பாத்துனோம். இப்ப இவனுகளுக்கு அந்த ஒணர்வு இல்லையேன்னு சொல்லி ஒரு மூச்சு வஞ்சாங்க.

அந்நியாரத்துல எங்க வீட்டுக் கதவ யாரோ படபடன்னு வேகமா தட்டுனாக. போலீசுதான்னு எல்லாரும் பயந்துபோய் இருக்கையில எங்க பாட்டி போய் கதவத் தொறந்தாக. ஊர் நாட்டாம உள்ள பாஞ்சு ஓடியாந்து நெல்லுப் போட்டுவச்ச குலுக்கைக்குள்ள ஒளுஞ்சுக்கிட்டாரு. பின்னாலியே நாட்டாம யோட அம்மா வந்து, வீடு வீடா போலீசு தேடுது. இன்னியாரம் இவெ வேற எங்குட்டும் ஓடமுடியாது. ஊரச் சுத்தி வேற போலீசு நிக்குது. எப்படியாவது இவன மறச்சு காப்பாத்துங்கன்னு சொல்லிட்டு வெளியே ஒக்காந்துக்கிட்டாக. எங்களுக்கும் பயம்மா இருந்துச்சு. கடவுளே போலீசு எங்க வீட்டுக்கு வரக்கூடாதுன்னு நெனச்சுக்கிட்டேன்.

திடீர் திடீர்னு போலீசுங்க அடிக்குற அடிகளும், ஆம்பள களோட அலறலும், பொம்பளைக கூப்பாடு போட்டு கத்துறதும் கேட்டுக்கிட்டே இருந்துச்சு. அதக்கேக்க கேக்க மனசுக்குள்ள ஒரே நடுக்கம், எங்க வீட்டுக்குள்ள இருந்த திருணையில நின்னு பாத்தா வருசை வருசையாப் போற போலீசுகாரங்களோட இரும்புச் சட்டித் தொப்பி தெரியும். அடுத்த கொஞ்ச நேரத்துல திமு திமுன்னு பத்து பன்னண்டு போலீசுக எங்க வீட்டுக்குள்ள நொழஞ்சாங்க. எங்கம்மா பிள்ளைய வச்சுக்கிட்டு நின்னாக. ஒவ்வொரு கதவையும் மிதிச்சு தள்ளித் தொறந்து பாத்தாக. குளிக்குற எடத்தையும் எட்டிப் பாத்தாக. வெறகு வச்ச இடம் எல்லாம் எடமும் பாத்தாக.

குலுக்கைக்குள்ள ஒளுஞ்ச நாட்டாமை குலுக்கை இருந்த அறக்கதவ உள்ளுக்குள்ளய பூட்டி வச்சிட்டு குலுக்கைக்குள்ள போயிருக்காரு. அந்த கதவ மிதிச்சிபாத்துட்டு தொறக்கலன ஒடனே எங்கம்மாவ கூப்பிட்டு தொறக்கச் சொன்னாக. எங்கம்மா போய் தட்டிப்பாக்க கதவு உள்ளுக்குள்ள கூடி பூட்டிக்கெடக்கு. போலீசுக்குச் சந்தேகந் தட்டிப்போச்சு. உள்ளுக்குள்ள ஒளுச்சு வச்சிக்கிட்டா நாடகம் ஆடுறன்னு எங்கம்மாவை வஞ்சானுங்க. பெறகு காலுட்டய கதவ எத்தி ஒடச்சுட்டு உள்ள போய் தேடி

குலுக்கைக்குள்ள இருந்தவனோட முடியப் புடுச்சு மேலாம தூக்கி சப்சப்ன்னு அத்தன போலீசும் அடிச்சாங்க. எனக்குக் கண்ணீர் வந்துருச்சு. அப்பத்தான் மொத மொதல்ல போலீசு புடுச்சு அடிக்கிறதப் பாத்தேன். ஒரு போலீசு மொகத்துல அடுச்சா மீதி அத்தனை போலீசும் அதே எடத்துல அடிக்கிறானுக. ஒருத்தன் மிதிச்சா அத்தன பேரும் மிதிக்கிறானுக. அப்பிடியே அடிச்சுக்கிட்டே அவர தரதரன்னு இழுத்து, ஒதச்சு வெளியே தள்ளுனாக. வெளியே அவுக அம்மா "ஐயா, இவெ இந்த ஊரு நாட்டாம சாமி, உட்டுருங்க சாமின்னு கெஞ்சிக்கிட்டு அழுதாக. இவந்தா நாட்டாமையான்னு சொல்லிக்கிட்டு இன்னுங் கொஞ்சம் சேத்து அடிச்சாங்க.

இந்த கெடுபிடில கூட ரெண்டு மூனு வீட்ல பொண்டாட்டிக, புருசமார வீட்டுக்குள்ளேயே வச்சு காப்பாத்திட்டாளுகளாம். ஒரு வீட்டுக்குள்ள ஆம்பளய வச்சு மூடிப்போட்டுட்டு, போலீசு வரவும் "ஐயா இப்பத்தா பெரசவ வலி ஆரம்பிச்சிருக்கு. இங்க வேறயாரும் இல்ல"ன்னு சொல்லிப் போகவச்சிருக்காளுக. அவுக வீடுகளுக்குள்ள ஒரே இருட்டு. போலீசு நம்பிக்கிட்டு போயிருக்குது.

இன்னொரு வீட்டுல சாக்குக்குள்ள புருசனப் போட்டு, மேல பொண்டாட்டிக்காரி ஒக்காந்துகிட்டு "ஐயா, எனக்கு குளுரு காச்சலு, நாலு நாளாச்சு எங்குட்டோ போனவரு வீட்டுப் பக்கமே வரல சாமி"ன்னு சொல்ல போலீசு போயிருச்சாம்.

நடுத்தெருவுலகூட ஒரு வீட்டுல ரெண்டுபேர ஒளுச்சு வச்சுக்கிட்டு, "ஐயா, மகளுக்கு வைசூரி வெளாண்டுருக்கு. பூட்சு காலோட போகாதிக வேற ஆளுக யாரும் இல்லீங்கய்யா"ன்னு சொல்லவும் போலீசு வீட்டுக்குள்ள போகவே இல்லியாம். வீடு வீடா புகுந்து ஆம்பளைகள புடிக்கும் போது வீட்டுல இருந்த பொம்பளைக கிட்ட போலீசுக்காரனுக தப்பிதமா நடந்தானு களாம். கெட்டவார்த்தையால வஞ்சுக்கிட்டு ராத்திரிக்குப் புருசம்மாரு இல்லைல. ரெடியா இருங்கடி நாங்க வாரோம்னு சொல்லி கண்ணடுச்சுக்கிட்டு வைக்கக்கூடாத எடத்துல எல்லாம் துப்பாக்கிய வச்சு இடுச்சானுகளாம்.

சாயங்காலத்துல இருந்தே ஊருல பொம்பளைகளுக்கு ஒரே பயமெடுத்துக்குச்சு. வெள்ளனத்துல கஞ்சியக் காச்சி குடுச்சிட்டு பிள்ளைகளக் கூட்டிக்கிட்டு கோயிலுக்கு முன்னால படுக்கப்போயிட்டாளுக. மாடு கன்னுகளக்கூட செலபேரு அவுத்துட்டுப் போயிட்டாளுக. தெருவுல ஒரு ஈ, காக்கா கெடையாது. இதப்பாத்துட்டு எனக்கும் பயமாயிருச்சு. நானும் எங்கம்மாக்கிட்டப்போயி கோயிலுக்குப் போயிரலாமுன்னு

எம்புட்டோ சொல்லிப் பாத்தேன். ரெண்டு கைப்பிள்ளைகள வச்சுக்கிட்டு கோயில்ல எங்ன போய் தங்குவ? எங்குனக்குள்ள ரெண்டு தொட்டி கெட்டி அந்த மணலுக்குள்ள ரெண்டு பிள்ளை களையும் வச்சிகிட்டு இருப்பன்னு சொல்லி வரமாட்டேனுட்டாக. கடேசில எங்க வீட்ல மட்டுந்தான் ஆளுக இருந்தோம்.

ராத்திரி போலீசு சுத்திச் சுத்தி வந்துச்சு. ஆனா எங்க வீட்டுக்குள்ள வரல. காலைல வழக்கம்போல பொம்பளைக தெருவுகளுக்குள்ள வந்துட்டு கூலிவேலைக்குப் போனாளுக. இந்தப் பொம்பளைக எம்புட்டு சமத்துக்காரிகன்னா, ஆம்பள இல்லாமலே வேல வெட்டி செஞ்சு பிள்ளைகளக் காப்பாத்திக் கிட்டு வாராளுகன்னு சொல்லி, வேலைக்குப் போன பொம்பளைகளப் பூரா போலீசு போய் டிராக்டர்ல அள்ளிப் போட்டுக்கிட்டு வந்து ஊர்ப்பக்கமே உட்டுட்டு போயிட்டானுக. இது மட்டுமில்லாம வேலைக்குப் போற பொம்பளைக, காட்டுப்பக்கம் ஒளுஞ் சுக்கெடக்குற ஆம்பளைகளுக்குச் சாப்பாடு கொண்டு போய் கொடுக்குறதாயும் கேள்விப்பட்டு போலீசுக்குக் கோவம்.

ரெண்டு மூனு நாளு கழிச்சு கோயில் கோபுரத்துல கொஞ்சப் பேரு ஒளுஞ்சிருந்தாங்கன்னு யாரோ போலீசுக்குச் சொல்ல போலீசு கும்பலா போய் கோபுரத்துல ஏறி அங்ன இருந்தவுகள பூரா புடுச்சிட்டு சாலியக்குடி தெருவழியே இழுத்துக்கிட்டுப் போனாக.

பங்குச்சாமியாருதான் போலீசுக்கு தகவல் குடுத்ததா பொம்பளைக சொல்லிக்கிட்டாக. கோயில் கோபுரத்துல இருந்தவுகள்ள ஒரு ஆளு எப்பிடியோ தப்புச்சுட்டுவர போலீசு வெரட்டி இருக்குது. அப்ப சாமியாருவயல்ல வேறசாதி ஆளு உழுதுக்கிட்டு இருந்துருக்காரு. தப்புச்சு வந்தவரு உழுதுக்கிட்டு இருந்தவர்கிட்ட இருந்து கலப்பைய வாங்கி, மேலுகாலெல்லாம் சேத்த அள்ளிப் பூசிக்கிட்டு அவரப் போகச் சொல்லிட்டாராம். இவரு மாட்டப்பத்திக்கிட்டு போலீசுக்கு மூஞ்சியச் சரியாக் காட்டாமலே உழுது செமாளிச்சாராம். இப்பிடி என்னென்ன பாடுக பட்டும் முக்காவாசிக்கும் மேல ஆளுக புடிபட்டுடாக. கொஞ்சப் பேரு மலங்காட்டுகள்ள மறஞ்சு கெடந்தாக.

கோட்ல கேசு நடந்துச்சு. ஆளுகளப்பூரா மருதச் செயிலுக்கு மாத்திட்டதா சொன்னாக. கேசு நடத்த துட்டு இல்ல. அதுக்கும் பொம்பளைகதா வரிப்பிரிச்சு கேசு நடத்த துட்டுக்கு ஏற்பாடு பண்ணுனாக.

இந்தச் சமயத்துல பாத்து வடக்குத் தெருவுல ஒரு வீட்ல ஒரு பத்துவயசுப் பையன் செத்துப்போனான். அவுக எங்களுக்குக் கொஞ்சஞ் சொந்தங்கூட. கல்லறப் பக்கம் போகக்கூட நெறய்யப்

பேருக்குப் பயம். சாலியப்பெயலுக பேருக்குப் பயம். சாலியப்பெயலுக இருப்பானுக. போலீசு இருக்கும். எங்க தெருவுக்குள்ள ஆம்பளவாடயே இல்லை. இந்த நெலயில பெணத்த வச்சுக்குட்டு என்ன செய்யுறதுன்னு எல்லாம் முழுச்சுக்குட்டு இருந்தாக. பெதக்க முன்னாடி அவுங்கய்யா வந்து பாக்கனுமேன்னு வேற தவிப்பு. எங்க பாட்டியும் இன்னும் ரெண்டுமூனு பெரிய மனுசிங்கள்ளாஞ் சேந்து ஒக்காந்து யோசிச்சு ஒரு முடிவெடுத்தாக.

அதுபெரகாரம் ரெண்டுபேரு போயி மண்டவத்துக் காட்டுல ஒளுஞ்சிருக்குற அவுக அய்யாவைக் கூட்டியாரானும். போம்போது ஒரு சீல கொண்டு போகனும். மசங்கப்போயி கூட்டிக்கிட்டு ராவோட ராவா வீடு வந்து சேரனும். கொண்டு போன சீலைய அவரக் கெட்டச் சொல்லி பொம்பள வேசம் போட்டு, தலயில முக்காடப்போட்டு துஸ்டிக்கு வர்ர பொம்பளைகமாறி வந்துரனும். கொஞ்சம் பேரு சாயங்காலமா மம்முட்டிகளோட கல்லறைக்குப்போயி பெணத்தப் பெதைக்க ஒரு குழி வெட்டனும்.

குழி வெட்டும்போது யாராவது வந்து தகராறு பண்ணுனா என்ன பண்றதுன்னு ஒருத்தி கேட்டாளாம். ஒடனே எங்கபாட்டி, போடி பைத்தியக்காரி, சாலியப்பெயல்க ஒன்னுக்கு ரெண்டுக்குப் போறதுக்குக்கூட பேட்ரிக் கட்டையுங் கையுமா கூட ரெண்டு போலீசுக்காரனயும் தொணைக்குக் கூட்டிட்டுப்போறானாம். நம்ம கூட்டமா போயி மசங்குற நேரத்துல நின்னா கொல்லைக்குக்கூடப் போமாட்டனுக. இந்த போலீசுக்காரன வச்சுத்தான் அவனோட ஆட்டம் பாட்டமெல்லாம். பொழுதுளுகுற டயத்துல போலீசுக்காரங்கூட கல்லறப்பக்கம் போமாட்டானுக. நல்லா ஓசித்தீவனந்தின்னுட்டு மல்லாந்து கெடப்பானுகன்னு சொன்னாகளாம்.

ஊருக்குள்ள இருந்து மண்டவம் மேற்க நாலஞ்சு மைல் தொலவு. மண்டவத்துக்கிட்டதான் ஒரு ஆலமரமிருக்குதாம். அதோட தூருல கொள்ளிவாய் பெசாசு ஏழு அண்டாப்பணம் வச்சு காவக்காத்துக்கிட்டு இருக்குதாம். அந்தப்பக்கம் போறவுக வாரவுககிட்ட ‘அண்டாப் பணத்தக்காட்டி ஆசைய ஊட்டுமாம். எத்தனையோ பேரு அந்தப் பெசாசப் பாத்துருக்காகளாம். வானத்துக்கும் பூமிக்குமா ஒச . . . ரமா நிக்குமாம். சட சடயா முடி வளந்து தொங்குமாம். நெகம் ஒவ்வொன்னும் கத்தி கெணக்கா வளந்துருக்குமாம். கண்ணுதீப்பந்தமா சொலிக்குமாம். வாயிலருந்தும் மூக்குலருந்தும் பொகையா வருமாம். அது எந்த ரூவத்துலயும் வருமாம். செலபேரு பச்சப்புள்ள மாறி, செலபேரு நாய்மாறி, செலபேரு கொமரி மாறிகூட பாத்துருக்காகளாம்.

அந்த மண்டவத்துக்குத்தான் பொம்பளைக சீலய எடுத்துக்கிட்டு விர் விர்னு நடந்து போனாகளாம்.

கொஞ்சப்பேரு மசங்குனப்பெறகு மம்முட்டிகளத் தூக்கிக்கிட்டு கல்லறயில போயி குழிவெட்டுனாகளாம். பத்து, பன்னெண்டு மணி வாக்குல சீலயக் கட்டின மாணிக்கா அவுகஅய்யா வந்து பாத்துட்டு சத்தம்போட்டுக் கூட அழ முடியாம உக்கிப்போயி நின்னாராம். வார வழில போலீசுக்காரனுக மடக்கிக் கேட்டானாம். கூடப்போன பொம்பளைக ஒப்பாரி வச்சு இந்த மாறி ஆயிப்போச்சு சாமி, பக்கத்து ஊர்ல இருந்து துட்டிகேக்க வர்ரோம்னு அழுதாகளாம். போலீசு போகச் சொல்லிட்டானாம்.

ராத்திரி பூரா முளுச்சுக்கெடந்து கோழி கூப்டுதுக்கு முன்னாடியே எந்துருச்சு பெணத்தையும் தூக்கிக்கிட்டு பொம்பளைகளா கல்லறைக்குப் போயி பெணத்தை பெதைச்சிட்டு வந்துட்டாகளாம். நல்ல விடியுறதுக்கு முன்னாலய கெட்டுன சீலயோடய அவுக அய்யா ரெண்டு பொம்பளைகள கொஞ் சத் தூரம் வரைக்கும் கூப்புட்டுக்கிட்டுப் போய் மறுபடியும் மண்டவக் காட்டுக்கே போயிட்டாராம். மறுநாள் ஊர் பூரா இதே பேச்சுத்தான். பொம்பளைகளா இருந்தாலும் கெட்டிக்காரிகதான். எம்புட்டுச் சுளுவா காரியஞ் செஞ்சுருக்காளுகன்னு எல்லாரும் மெச்சிக்கிட்டாங்க.

பெறகு கொஞ்ச நாள் கழுச்சு புடுச்சுட்டுப் போனவுகள்ள கொஞ்ச பேரு சாமீன்ல வந்துட்டாக. கொஞ்சப் பேர அடச்சு வச்சுக்கிட்டாங்க. வாய்தா வாய்தான்னு போயி ரொம்ப நாளா கேஸ் நடந்துச்சு. எடயிலயே போலீசுகிட்ட அடிபட்டு ரத்தங் கக்குன நடுத்தெரு அல்போன்சு செயில்ல இருந்து வந்த ரெண்டாவது நாளே செத்துப்போனாரு. எம்புட்டு தெடகாத்ரமான மனுசன். இப்பிடிபோலீசு அடுச்ச அடியில பொட்டுன்னு போயிட்டான்னு சொல்லி அழுது பெதச்சாக. கொஞ்சங் கொஞ்சமா கல்லற சண்டைய மறந்துக்கிட்டு வந்தோம். பறக்குடியும் சாலியக் குடியும் மறுபடியும் சகசமா பழக ஆரம்பிச்சிட்டாக. சாலியக்குடி ஆத்தாக்கமாரு பழயபடிக்கு பறக்குடிக்குச் சாணிபெறக்க, பயறு பச்ச புளியங்கொட்டை விக்க வந்து போனாக.

தீடீர்னு ஒருநாளு நானு பள்ளிக் கொடத்துல இருந்து வரும்போது எல்லாரும் பஸ்ஸ்டாண்டுப் பக்கமா ஓடுனாக. அப்ப நானு வேற கிளாசுக்குப் பாஸ்பண்ணிப் போயிருந்தேன். என்னன்னு கேட்டப்ப கல்லற கேசு நம்ப பக்கம் செவிச்சிடுச்சு. செயில்ல இருந்து அம்புட்டுப்பேரும் விடுதல ஆகி வீட்டுக்கு

வர்ராகன்னு சொன்னாக. நானு நேரா வீட்டுக்குப் போனேன். பைக்கட்ட வீசிட்டு வெளியே ஓடியாந்து மத்த பிள்ளைகளோட வேடிக்கைப் பாக்கப் போனேன். எங்க தெரு ஆளுக செயில்ல இருந்து வந்தாக. அவுங்க அவுங்க புருசமார் வீட்டுக்கு வந்த ஒடனே வீட்டுக்கு முன்னால ஒரு ஒலக்கயப் போட்டு அதத் தாண்டச் சொன்னாக. ஒலக்கயத் தாண்டுனப்பெறகு தண்ணி கொண்டாந்து வச்சு குளுப்பாட்டுனாக. பெறகு புதுவேட்டி துண்டு எடுத்துப்போட்டு வீட்டுக்குள்ள போனாக. செயில்ல இருந்து வந்தவுக ஒவ்வொருத்தக வீட்டுலயும் இப்பிடித்தாஞ் செஞ்சாக. எங்குட்டுப் பாத்தாலும் சிரிப்பாணிதான்.

"நம்ம பாட்டெ பூட்டெங் காலத்துல இருந்து இந்தக் கல்லறையில பெதச்சுக்கிட்டு வாரோம். இவனுக இன்னைக்கு வந்து அடாவிடித்தனம் பண்றானுக. கடவுளுக்கே பொறுக்கல. அதாங் கேசு நம்ப பக்கம் செவிச்சுருச்சு."

"அந்த அந்தோணியாருதா நம்மளுக்கு வெற்றிக் கொண்டாந்துட்டாரு."

"பறப்பெயன்னா லேசுப்பட்டவனுகன்னு நெனச்சுக் கிட்டுருந்தானுக. அந்த நெனப்புல தேவமாதா மண்ணள்ளிப் போட்டுட்டாருல்ல."

"வார நாயித்துக்கெழம இதுக்கு நன்றியறிதல் பாட்டுப்பூச வைக்கனும்."

"பாட்டுப்பூச எதக்குடி வைக்கணும், இந்த சாமியாரு ஒரு கால்தூசி மொயற்சி எடுத்தாரா? நம்மாளுக கோயில்ல ஒளுஞ்சுக்கிட்டுருந்து புடிபடும்போதுகூட கால் மேல கால்போட்டு பங்களாவுல சுருட்டுக் குடுச்சுக்கிட்டு பாத்துக்கிட்டு இருந்துருக்காரு."

"அதுமட்டுமில்ல மதினீ, வாய்தாவுக்குப் போக ரூவா இல்லாம சாமியார்கிட்ட கடனா கொஞ்சம் ரூவா கேட்டதுக்கு குடுக்கவே முடியாதுன்னுட்டாராம்."

இப்படி பலபேரு பலவெதமா தெருவுகள்ள பேசிக்கிட்டாக. எப்பிடியோ கேசு எங்க பக்கமா முடிஞ்சதுபற்றி ஊருக்குள்ள ஒரே சந்தோசம்.

இந்தச் சாதிச் சண்டைக்குப் பெறகு, பல தடவ பள்ளம் பறையனுக்கெடயில சண்ட வந்துருக்கு. ஒவ்வொரு தடவயும் ஒவ்வொண்ண வச்சுக்கிட்டு இந்த ரெண்டு சாதிக்குள்ள சண்ட நாறிப்போகும் நாறி.

மொதத்தடவ பள்ளனுக்கும் பறயனுக்கும் ஒரு வாழப் பழத்துனால சண்ட வந்துருக்கு. ஒண்டிவீரன்னு ஒரு பள்ளத்தெரு ஆளு மாட்டு வண்டில வாழத்தாரு ஏத்திட்டு வந்துருக்காரு. தவசி பேத்தியாவோட பேரன் பவுலுப்பெய போயி அதுல ரெண்டு மூனு பழத்தப் பிச்சுத் தின்னு போட்டான். மொத வாப்பேச்சுலயே கெட்ட வார்த்தை பேசி சண்ட போட்டுக்கிட்டு இருந்தவனுக பெறகு அடிபுடி சண்டயில எறங்கிட்டானுக. அங்குட்டு நாலு பள்ளனுக சேந்து பவுலுப்பெயல செம அடி அடுச்சுப் போட்டானுக. இவெ ஊருக்குள்ள வந்து வஞ்சுக்கிட்டு சங்கதிய சொல்லிக்கிட்டு இருக்கையிலேயே கம்புகத்திகளோட பறக்குடிக்குள்ள பள்ளனுக புகுந்துட்டானுக. பறக்குடில ஆளுக அம்புட்டுப்பேரு அப்ப இல்ல. பட்டாளத்துல லீவுக்குவந்திருந்த சூசை, கொழந்தப்பெய – இப்பிடி இன்னும் ரெண்டு மூனு பெரியவுகளா சேந்து கையெடுத்து கும்புட்டுக்கிட்டே பள்ளப் பெயலுகட்ட சமரசத்துக்குப் போயிருக்காக. அவுனுக கல்லெறிய நிப்பாட்டல. இருந்தாலும் துணிஞ்சுபோயி என்னப்பா ஒரு வாழப்பழத்துக்கா நாம குத்திக்கிட்டு சாகனும். சமாதானமாக ஊர்க்கூட்டம் போட்டு முடிச்சிக்குவோம்னு கெஞ்சி சம்மதிக்க வைக்குறதுக்குள்ள பெரும்பாடாப் போச்சாம். பெறகு ஒரு வழியா ஊர்க்கூட்டம் போட்டு பவுலுப் பெயலத் தெண்டுச்சாகளாம்.

இந்த சண்டைக்குப் பெறகு ரெண்டு சாதிப் பெயல்களும் வர்மம் வச்சுக்கிட்டே இருந்தானுக. நாலஞ்சு மாசத்துக்குப் பெறகு ரேசங்கடையில வச்சு இன்னொரு சண்ட வந்துருக்கு. அந்தப் பெஞ்சமினு மகா புள்ள பொண்டுகப் பெய போயி ரேசங்கடையில மல்லுக்கட்டி பள்ளனுக்கும் பறையனுக்கும் திரும்பியுங் கலகம் வந்துருச்சு. இந்தவாட்டி ரெண்டுபெயல்களுமே ஆங்காரம் புடுச்சுப்போயி வெட்டிக்கவா குத்திக்கவான்னு சண்ட போட்டுருக்கானுக. பள்ளப்பெயல்க கம்மாக்கரையுல நின்னுக்கிட்டு கல்லுட்டயே எறுஞ்சுருக்கானுக. பறக்குடி ஆம்பளைகளுக்கும் கல்லக்கொண்டு எறிய சண்டபெலத்து வந்துருச்சு. பறக்குடில இருந்த செல தைரியும் புடுச்ச பொம்பளைகளுங் கையுல இட்லிச் சட்டி மூடிய வர்ர கல்லத் தடுக்கப் புடுச்சுக்கிட்டு கல்லெடுத்து எறுஞ்சுருக்காளுக.

இப்பிடிச் சண்ட நடந்துட்டுக்கிட்டு இருக்கையிலேயே பட்டாளத்துக்கார சூசை வயகாட்டு வழியா உழுந்தடுச்சு டேசனுக்கு ரிப்போட்டு பண்ணப் போயிருக்காரு. போற வழியில நாலஞ்சு பள்ளனுக அருவாளுங் கையுமா கரையுல அலயுதப் பாத்துட்டாரு. எந்தச் சாமிசெஞ்ச புண்ணியமோ, சட்டுன்னு காலுகைய கழுவுதுக்குப் போறமாறி அந்த காக்கா மண்ட கெணத்துக்குள்ள எறங்கி ஒளுஞ்சுக்கிட்டாரு.

இல்லன்னா அங்னகுள்ளேயே அவர வெட்டித் தீத்துருப்பானுக. அவனுக தலமறையவும் பெறகு வரப்புக்காட்டு வழியா உளுந்தடுச்சு ஓடி போலீசுக் கூட்டியாந்துட்டாரு. போலீசு வரவும், எல்லாப் பெயல்களும் காக்கா கூட்டங்கெணக்கா பிச்சுக்கிட்டு ஓடிட்டானுக.

பெறகு ஒருவழியா சமரசஞ் செஞ்சு வச்சப்பெறகு கொஞ்ச நாள் கழிச்சு மொனங்கி மகன் செக்கடி கடையில என்னமோ வாங்கிட்டு நின்னவன, பள்ளனுக சேந்து செம அடி அடிச்சிருக்கானுக. தப்புச்சோம் பொழச்சோம்னு அவெந் தெருவுக்குள்ள ஓடியாந்து சொல்ல அப்பொருக்கா பெரிய கலவரம் வந்துருக்கு.

சண்ட கொஞ்சம் தனிஞ்சாப்ல இருக்கையுல காட்டுக்குப் போன பறப்பெய ஒருத்தன, பள்ளனுக சேந்து தாறுமாறா வெட்டி அங்னயே பெதச்சிட்டானுக. பறப்பெயலுக போயி பெரேதத்தை தோண்டி எடுத்துட்டு வந்து கல்லறைக்குள்ள வச்சிட்டு, சமயம் பாத்துக்குட்டு இருந்து கெழக்க எங்கயோ ஆடு மேய்க்கப்போன அப்ராணி பள்ளப்பெய ஒருத்தனைப் புடுச்சு கொன்னுபோட்டானுக. பெறகு போலீசு வந்து ரெண்டு சாதிக்காரப் பெயலுகளையும் புடுச்சு டேசன்னுக்குக் கொண்டு போய் நொறுக்கித் தள்ளி செயில்ல போட்டு சாத்திட்டானுக.

கேசு நடந்துக்குட்டு இருக்குது. வாய்தாக்கு மேல வாய்தா. கேசு இருக்குறதுனால சூத்தப் பொத்திக்கிட்டு ரெண்டு பெயல்களும் அலயுறானுக. என்ன ஆகுமோ கடவுளுக்குத்தான் வெளுச்சம். இப்பிடி சண்டைக்காடு போடுறானுக – பெறகு ஒன்னுக்குள்ள ஒன்னு கூடிக்கிறானுக. இருந்திருந்தாப்ல திடீர்னு மல்லுக்கெட்டும் வெட்டுங்குத்துமா அலையுறானுக. நாத்தமெடுத்த பெய சாதி. இவனுகளுக்குள்ளயே இப்பிடி நொடிக்கு நூறுதரம் மல்லுக்கெட்டு வருது. மேச்சாதிக்காரனுக பார்த்து சிரிக்கானுக. வெக்கங்கெட்ட பெயலுக. பல சாதிக்காரனுக இருக்குற ஊருக்குள்ள ஒரு ஒத்துமையா இருக்கனுமேன்னு இல்லாம, என்னக் குத்தவா ஒன்னக் குத்தவான்னு அலஞ்சா எல்லாப் பெயலுகளும் ஏறி மேயத்தாஞ் செய்வானுக.

4

சின்னப்பிள்ளயிலிருந்தே நான் கஸ்டப்பட்டு ஒழைக்கிற சனங்களப் பாத்து அவுங்களோடவே வளந்து வந்துருக்கேன். வீட்ல எங்கம்மா, எங்க பாட்டிங்களும் விடுஞ்சதிலிருந்து அடஞ்சதுவர வேலதான் செய்வாங்க. எங்க ஊருச் சனங்களும் ஆணும் பொண்ணும் எடவிடாத வேலைக தான் செஞ்சு பொழக்கிறாக.

பலதரப்பட்ட வேலைக இருக்குது. காட்டு வேலன்னு எடுத்துக்கிட்டா உழுகுறது, ஒரம் போடுறது, தண்ணி பாச்சுறது, வெத வெதக்கிறது, நாத்துப்பாவுறது, நடுறது, களஎடுக்குறது, மருந்து அடிக்கிறது, கதுரறுக்குறது, களத்துவேல, கடல போடுறது, காயுறுவுறது, நெத்தெடுக்குறது—இப்பிடி ஏகப்பட்ட வேலைக இருக்குது. இதஉட்டா வேற கெணத்து வேல இருக்குது. கெணறு வெட்டுறது, மண்ணு – சரளக்கல்லு அள்ளிச் செமக்கறது இப்பிடியும் இருக்குது. இதுவுமில்லன்னா மலையேறி வெறகெடுத்துட்டு வந்து விக்குறது, ஒலவேலை, செங்கச்சுட்டு அறுக்குறது இப்பிடி ஏதாச்சும் ஒன்னு செஞ்சுதான் சாப்புடனும்.

முக்காவாசிக்கும் மேம்பட்ட நெலம் நாய்க்க மார்க்கிட்டத்தான் இருக்குது. எங்கசாதி ஆளுக அவுகளுக்கு குடும்பங் குடும்பமா பண்ண வேலயும் செய்றாக. நா பாத்தமட்டுக்கும் இந்தமாறி வேலகள இந்த பள்ளுபறச்சாதிக தான் செய்துக. மத்த சாதிக்காரக இம்புட்டு கஸ்டப்பட்டு செய்றதில்ல. இந்த கொறவனுக, சக்கிலியங்க தெருக்கூட்டி, வாறுகால்ல சாக்கடை அள்ளி சுத்தம்பண்ணி

பொழைக்கிறாக. சொளகு, பொட்டி, நெல்லுதூக்குற கூட, பாஞ் சாலிக்கூட இதெல்லாங்கூட இவுக பின்னிவிப்பாக. எங்கசாதியில எல்லாருமே கஸ்டப்பட்டு ஒழைக்குறவுகதான். செல வாத்திமார்க குடும்பங்க கொஞ்ச வசதியோட இருக்காக.

எங்க பாட்டி சரியான வேலக்காரின்னு எல்லாருஞ் சொல்லுவாங்க. நாய்க்கமார்க்கிட்ட பண்ண வேல பாத்துக் கிட்டு, அவுகளுக்கு வேலைக்கு ஆள் அமத்தி பொறுப்பா கூட்டிக்கிட்டுப்போயி, வேலவாங்கி, சம்பளம் வாங்கிக் குடுத்து – இப்பிடி கொத்தாளுவேல அவுகளுக்கு. நாயித்துக்கெழம தவர எல்லா நாளும் வேலைக்குப் போயாகனும். செல நேரம் நாய்க்கமாருக கெடுபிடி பண்ணுனா நாயித்துக்கெழம வெள்ளனத்துலயே போயி அரக்கப் பரக்க பூசைபாத்துட்டு வேல வெட்டிக்கு ஓடிப்போவாக. கோழி கூப்டறதுக்கு முன்னாடியே ரெண்டுமணி மூனு மணிக்கு எந்துருச்சு, தண்ணி எடுத்து, வீட்டுவேலைகளப் பாத்துட்டு, அம்புட்டு தொலவட்டுக்கு நடந்தேபோயி, மசங்குற வரைக்கும் வேல செஞ்சுட்டு, ராத்திரி போல வீடு வந்து, பெறகு கஞ்சி தண்ணி காச்சுவாக.

நாங் கொஞ்சம் வளந்த பெறகு என்னையும் எங்க பாட்டி காடு கரைகளுக்குக் கூட்டிட்டுப்போவா. எங்க வீட்டுல அப்பிடி ஒன்னும் வசதி கெடயாது. அதுனால நான் பள்ளிக்கொட நாள்ல பள்ளிக்கொடம் முடிஞ்சபெறகு உயிர்வேலி முள்ளு, பனமட்ட, தென்னமட்டன்னு எரிக்கிறதுக்கு பெறக்கிட்டுப் போவேன். சாணிபெறக்கி எரு தட்டி வப்பேன், வயக்காட்டுச்செம போயி காஞ்ச எரு பெறக்கிட்டு வருவேன்.

பள்ளிக்கொடத்துக்கு லீவு உட்டுடாங்கன்னா எங்க பாட்டி கூட அல்லது யார்கூடயாவது சேந்து காட்டு வேலைக்குப் போயிருவேன். கடல புடுங்க, கடலகெளய, கடல ஒடைக்க இப்பிடித்தான் அதிகம் போயிருக்கேன். மத்த வேலைகளுக்குச் சின்னப்பிள்ளைகள அமத்த மாட்டாங்க.

கடலபுடுங்கி ஆயனும்னா விடியங்காட்டி கோழி கூப்ட எந்துருச்சு, தூக்குச் சட்டியில கூழ ஊத்திக்கிட்டு ஓடனும். போயி கடலச் செடிகளப் புடுங்கிப்போட்டுகிட்டு ஒக்காந்து கடல ஆயனும். எடயில மதியத்துக்கு கடலயக் கடிச்சுக்கிட்டு கூழக் குடிப்போம். மசங்குறவரயுல கடல ஆஞ்சு நாய்க்கமாருக கிட்ட களத்துக்குத் தூக்கிட்டுப் போவோம். அவுக பண்ணையாள விட்டு மரக்கா கணக்கா அளந்து, மரக்காலுக்கு அஞ்சுபைசா, அல்லது பத்துபைசா குடுப்பாங்க. முக்கிமுக்கி ஆஞ்சாலும் அஞ்சு ரூவாக்கு மேல வராது. அத வாங்கிக்கிட்டு பொழுது சாயத்தான் வீட்டுக்கு வருவோம். வந்த பெறகு அரிசி கிரிசி வாங்கி ஒல வச்சு ரவைக்குக் கஞ்சி காச்சனும்.

கடல கௌயப் போறதுன்னா கொஞ்சம் லேட்டா போவோம். அங்ன இங்னயுமா, கடல புடுங்குன காட்டுகள்ள போயி வேகாரிக்கு மம்முட்டிய வச்சு லொங்கு லொங்குன்னு தரய கௌஞ்சு கடல பெறக்குவோம். இதுக்குக்கூட நாய்க்கமாரு உடமாட்டாங்க. வெரட்டி வெரட்டி கல்லுட்டயும் கட்டிடேயுமா எறுஞ்சு தொரத்தி உடுவாங்க. செல நாய்க்கமாரு கௌஞ்ச கள்ளயில மூனுல ஒருபங்கு இல்லன்னா ரெண்டுல ஒருபங்கு அவுகளுக்குக் குடுக்கனும்னு பேசிக்கிட்டு கௌய உடுவாங்க. கள்ள கெடச்சா உண்டு. இல்லன்னா இல்ல. ஆனா சாயங்காலத்துல, கௌஞ்ச கள்ளயப் பகுந்துகிட்டுத்தான் நாய்க்கமாருக வீட்டுக்கு உடுவாங்க. மீதிக் கள்ளய கொண்டாந்து செக்கடில யாவாரிக்கிட்ட வித்துட்டு அரிசி அல்லது குருநா வாங்கிட்டுப்போவோம். கெடைக்குற துட்டுக்குத் தக்கன அரிசியோ குருநாவோ வாங்குவோம். குருநாக் கஞ்சிய வாயுல வைக்க முடியாது. வீச்சமெடுத்துக் கெடக்கும். துட்டு இல்லன்னா குருநாக் கஞ்சிதான். நாஞ் செலசமயம் வித்து ரூவாயைக் கொண்டாந்து எங்கம்மாக்கிட்ட குடுப்பேன். இல்லன்னா கள்ளயாவே கொண்டாந்து குடுப்பேன்.

கள்ள ஒடைக்குறதுக்கு விடியக்கருக்கல்ல நாய்க்கமாருக வீட்டுக்குப் போவோம். அங்கேயும் மரக்கா கணக்குல காஞ்ச கள்ளய அளந்து குடுப்பாக. அவுக மாட்டுத் தொழுவத்துல ஒக்காந்து பொடு பொடுன்னு ரெண்டு கையிட்டயும் மாறி மாறி கடலய எடுத்து தரையில குத்தி குத்தி ஒடைக்கனும். ரொம்ப வேகமா ஒடைக்கனும்னா ரெண்டு கையிட்டயும் மட்டுமில்லாம, வாயிட்டயும் ஒடப்போம். வாயுட்ட ஒடைக்கும்போது தூசி பூரா வாயுக்குள்ள போகும். தொண்டை கமறெலெடுத்துக்கும். அதெல்லாம் பாத்தா முடியுமா? மடமடன்னு ஒடச்சு தள்ளனும். அப்பிடி ஒடக்கையில பருப்பு ஒடஞ்சு போகாம கவனமா ஒடைக்கனும். ரொம்ப பருப்பு ஒடஞ்சுபோனா நாய்க்கரு வைவாரு. ஒடஞ்ச பருப்ப வெதைக்க முடியாதுல்ல –அதுக்குத்தான். எடயில பேசிக்கிட்டிருந்தாலோ, ஒன்னு ரெண்டு பருப்பைத் தின்னுட்டாலோ போச்சு. நாய்க்கருக்கு கெட்ட கோவம் வந்து கண்டமானிக்க வைவாரு. மரக்காலுக்கு அஞ்சு அல்லது பத்து பைசான்னு தருவாங்க. இதுலயும் அவ்வளவு துட்டு கெடைக்காது. மிஞ்சி மிஞ்சிப் போனா அஞ்சாறு ரூவா கெடைக்கும். இப்பிடியும் நானு லீவு நாளுகள்ள எங்க பாட்டிகூட போயி கடல ஒடச்சிருக்கேன்.

இப்பிடி எந்த வேலயும் கெடைக்கலைன்னா ஈராங்கா பெறக்க, முள்ளுப்பெறக்கன்னு போயிருவேன். கொஞ்ச நாளு மலங்காட்டுச் செம வெறகுக்குப் போன பிள்ளைகளோட வெறகு

பெறக்கப் போனேன். அப்பிடிப் போறதுக்கு வெள்ளங்காட்டியே எந்துருச்சு தூக்குச்சட்டில கூழு ஊத்திக்கிட்டு காடருக்குக் குடுக்குறதுக்கு நாலனா எங்கம்மாக்கிட்ட வாங்கிட்டுப் போகனும். காடருக்குத் துட்டுக் குடுக்காட்ட வெறகு பெறக்க உட மாட்டாரு. அவுரு பாரஸ்டு பங்களாவுல இருப்பாரு. திடீர்னு சோதனைபோட வருவாரு.

மலங்காட்டுக்குள்ள போறது அம்புட்டு சொலபமில்ல. ஆளோட ஆளா ஏறிப்போயி, அங்ன ஒன்னு இங்ன ஒன்னுமா கெடக்குற காஞ்ச வெறகுகளப் பெறக்கி, ஒன்னுசேத்து கூட்டணும். கட்டமுன்னாடி மூஞ்சிமொகற, கை, காலுன்னு பாக்காம முள்ளுக்காடு பெறாண்டிப்போடும். தோலெல்லாம் கீறி ரத்தம் வரும். அதெல்லாம் பாத்துக்கிட்டு நின்னா வெறகு பெறக்க முடியாது. முடியையும் கண்டமாணிக்கப் புடுச்சு இழுத்து தலவலி மண்டயப் பௌக்கும். எங்குட்டு கூடித்தான் போறதுன்னு தெரியாது. அங்க என்ன ரோடா போட்டு வச்சிருக்கு? நாமதான் முட்டி, மொளஞ்சு, மோதி பொதருக்குள்ளயும், முள்ளுக்குள்ளயும் போகனும்.

இந்தப் பாடுபட்டு வெறகப் பெறக்கிக் கெட்டிக்கிட்டு தூக்கி தலயில வச்சு நடந்து வரமுடியாது. இங்குட்டு ஒன்னு புடுச்சு இழுக்கும் – அங்குட்டு ஒரு கொடியோ, மரமோ தடுக்கும். இப்பிடி லேசுக்குள்ள கீழே வந்துர முடியாது. மெள்ள மெள்ள வெறகுக் கெட்ட உருட்டி உருட்டித் தள்ளிக்கிட்டே ஊந்து வரனும். ஒருவழியா மல அடிவாரத்துக்கு வந்து சேந்தப்பெறகு அங்கருந்து தலயில வெறகுக்கட்ட வச்சு சொமந்துக்கிட்டு ஊர் வர்ரதுக்குள்ள மீதி இருக்கிற உசிரும் போயிடும். அவ்வளவு கனங்கனக்கும். மலங்காட்டுக்கும் ஊருக்கும் எடயில கொஞ் சனஞ்ச தூரமில்ல. கொண்டாந்து அத நாய்க்கமாரு தெருவுல போட்டு கெட்டு 7 அல்லது 8 ரூவான்னு வித்திருவாங்க. நாங் கொண்டுவந்த, வெறகுக் கட்ட வித்ததில்ல. வீட்டுக்கு எரிக்கறதுக்குக் கொண்டு போயிருவேன்.

எங்கம்மாவும் அப்ப வெறகு பெறக்கப் போயிருக்காங்க. ஒரு தடவ வெறகுக்கெட்ட கொண்டாந்து வீட்டுச் செவத்துல ஊனிட்டு, ரத்த ரத்தமா வாந்தி எடுத்தாங்க. இப்பிடித்தான் ஒடம்ப ஒடம்புன்னு பாராம எங்க சனங்க ஒழச்சாத்தான் கூழாவது குடிக்க முடியும். ஒரு பத்து பன்னெண்டு வயசு ஆச்சுன்னா இப்பிடி ஏதாவது ஒருவேலைக்குப் போயிருங்க. அதுவரைக்கும் வீட்ல பிள்ளை தூக்கிட்டு அலயுங்க. அப்பிடியே முள்ளு கிள்ளுப்பெறக்கி கூழுகூட காச்சி வச்சிருங்க. வீட்ல இருக்கிற சகல வேலயும் பொம்பள பிள்ளைகதான் பாக்கனும். வேலைக்குப் போயிட்டு வந்து சாயங்காலத்துல பொம்பளைக

வீட்டு வேலகளப் பாப்பாக. பயலுகளா இருந்தா ஆடுமாடுகள மேச்சுக்கிட்டு அலயுவானுக. கொஞ்சம் பெருசாயிட்டா பெரிய ஆம்பளக மாதிரி வேலவெட்டிக்குப் போயிருவானுக.

கதுரறுக்குற காலம் வந்துருச்சுன்னா ஒரு சொளகையும், கட்ட வெளக்க மாத்தையும் தூக்கிக்கிட்டு கம்மாக்கரை, நாராசஓட – இப்பிடி எங்குனகுள்ளயாவது நின்னு, அப்பிடிக் கூடி களத்துக்குப் போற கதுர் கட்டுகள்ள இருந்து உளுகுற நெல்லுகள கூட்டிப்பெறக்கி அள்ளிப் பொடச்சு வீட்டுக்குக் கொண்டாருவோம். சின்னப்பிள்ளைக, கெழடு கெட்டைகதான் இப்பிடி நிக்கிறது. பெரிய பொம்பளைக, கொமரிகள்ளாம் வயக்காட்டுக்கே போய் கூடை வச்சு நெல் தூத்து கொண்டாருவாக.

இப்பிடி வம்பாடுபட்டு நெல் பெறக்கியோ, தூத்தோ கொண்டு வந்து கடைகள்ளதான் போய் போடுவோம். இந்த நாடாருக எங்க தெருவுகள்ள கடைகள வச்சுக்கிட்டு நெல்ல வாங்கிக்கிட்டு எடைக்கு எடை சீனிக்கெழங்கு இல்லன்னா வேற சாமானுக இப்பிடி தருவாக. இப்பிடி பண்டமாத்தஞ் செய்யறதுல எம்புட்டு கள்ளவாளித்தனம் பண்றாங்கன்னு அப்ப புரிபடல.

அதே மாரித்தான் பருத்திவெடுச்சு கெடக்கையில பருத்தி எடுத்துட்டு வந்து இப்பிடி கடைகள்ள பண்டமாத்தஞ் செய்வோம். கடக்காருக இந்த மாறி ஏமாத்தியே மூட்ட மூட்டையா நெல், பருத்தி சேத்துருவாக. பாதி ஒழப்ப நாய்க்கமாருக சொரண்டிப் போடுவாக. மீதி இருக்குறத இப்பிடி இவுக சொரண்டிப் போடுவாக. பெறகு எங்குட்டுகூடி முன்னேற முடியும்? ஏமாத்துறவனுகதான் முன்னேற முடியுது. நாயத்துக்கு கெட்டுப்பட்டு வம்பாடுபட்டு ஒழைக்குற தலித்துக முன்னேற வழியே இல்ல.

நான் ஊர்ல எட்டாங்கிளாஸ் படிக்கிறவரைக்கும் இப்பிடி வேல செஞ்சுக்கிட்டு இருந்தேன். இப்பிடி நாய்க்கமாருகளுக்கு வேலைக்குப் போம்போதெல்லாம் அவுக சாமாஞ்சட்டிகளத் தொட்டுர கூடாது; அவுக இருக்குற பக்கம் போக்கூடாது; ஒதுங்கியே நிக்கனும் – இப்பிடிச் சட்டம் போடுவாக. வெக்கமாவும், வேதனையாவும் இருக்கும். இருந்தாலும் ஒன்னுஞ் செய்ய முடியாது. அவுக ஒசந்தசாதி, அவுக கிட்டதா துட்டு இருக்கு. அவுக சொல்றபடிதான் நாங்க கேக்கனும். எனக்குள்ள ஆங்காரமா வந்தாக்கூட எங்க தெரு பொம்பளகூட ஒதுங்கியேதான் நின்னுருக்கேன்.

ஒம்பதாங்கிளாஸ் படிக்க பக்கத்து ஊர்ல இருந்த மடத்துல சேத்து உட்டாங்க. அங்க இந்த மாறியெல்லாம் வேல வெட்டி இல்ல. சாப்புட்டுச் சாப்புட்டு படிக்கனும், அம்புட்டுத்தான்.

லீவுக்கு ஊருக்குப் போயிருவேன். மடத்துல போய் தங்கி படிச்ச பிள்ளைகளுக்கு ஊர்ல ஒரு தனி மவுசு தான். இருந்தாகூட லீவுக்கு வீட்டுக்குப் போனப்ப நான் வழக்கமா வேல செஞ் சுக்கிட்டுத்தான் இருந்தேன்.

பத்தாங்கிளாஸ் முழுப்பருச்சை எழுதிட்டு லீவுக்கு வீட்டுக்குப் போனேன். எங்கம்மா நாய்க்கமாரு தெருவுல இருந்து மாவெறகு பெறக்கி கெட்டி சொமந்துட்டு வந்தாங்க. நானுங்கூடப் போயி ரெண்டு மூனு நடை மாவெறகு பெறக்கிக் கெட்டித் தூக்கியாந்தேன். நாய்க்கமாரு தெருவுல இருந்து எங்க தெருவுக்கு வரனும்னா நாடாக்கமாரு, தேவ மாரு தெருவுகளத் தாண்டி செக்கடி பஜார்வழித்தான் வரனும். நான் அப்பிடி வெறகுக்கெட்டு தூக்கியாந்ததைப் பாத்த செலபேரு எங்கம்மாக்கிட்ட, "ஒம்மக மடத்துல போயி சேந்து படுச்சிட்டு வந்தப்பெறகும் இப்பிடி வெறகுக்கெட்டு தூக்கிட்டுப் போறாளேன்னு" ஆச்சரியமா கேட்டாகளாம். இதுல ஆச்சரியப்படுறதுக்கு என்னதிருக்கோ தெரியல, அந்தமாறி ஒழைக்குறதுன்னா எனக்கு அப்ப ரொம்பப் பிடிக்கும். இப்பத்தான் அப்பிடி வேல செய்ய முடியல. நாலு எடத்துக்குப் போயி நாலு எழுத்துப் படிச்சிட்டு வந்ததுனால, ஒடம்பு வளயமாட்டேங்கு.

இப்பிடி ராப்பகலா ஒழைக்கிற எங்க சனத்தைப் பாக்கையிலே இவுகளுக்கு இம்புட்டுத் தெம்பு எங்கிட்டு கெடந்து வருதுன்னு எனக்கு ஆச்சரியமா இருக்கும். ஆம்புள பொம்பள அம்புட்டுப் பேரும் இப்பிடி தெனமும் தேஞ்சு போக ஒழைக்குறதுக்கு எம்புட்டு முன்னுக்கு வரலாம் அப்பிடீன்னும் நெனப்பேன். ஆனா இவுக ஒழைக்குறதுக்கு தக்கன கூலி கெடைக்குறது இல்ல. அதுலகூட ஒரே வேலய ஆம்புளயும் பொம்பளயும் செஞ்சாக்கூட ஆம்பளக்கு ஒரு சம்பளம், பொம்பளக்கு ஒரு சம்பளம்தான். ஆம்பளக்கு கொஞ்சம் கூடுதலான சம்பளம் தர்ராங்க. ஏன்னுதான் வெளங்கமாட்டிங்குது.

ஒடம்பு வலிக்க பாடுபட்டாலும் எப்பயும் இவுக சிரிச்சுக்கிட்டே உற்சாகமாத்தான் வேலை செய்றாக. ஒழைக்குறதுக்கின்னே பெறந்த சாதி இது. எம்புட்டுத்தா ஒழச்சாலும் தெனமும் அதே கூழுதான். அதே குருநாக் கஞ்சிதான். அதே கருவாட்டுத் தண்ணிதான். இப்பிடி இருக்கோமேன்னு இவுக நெனச்சுக்கூட பாக்கமாட்டாக போலுக்கோ. நெனச்சுப் பாக்க மொதல்ல இவுகளுக்கு நேரம் எங்க இருக்கு? இவுகமட்டும் இல்லேன்னா இந்த மேச்சாதிக்காரனுக எப்பிடி பொழப்பானுகளோ தெரியல. ராத்திரி ஒறங்கும்போது மட்டுந்தான் இவுக கையுங் காலும் சும்மா நிக்கும். மத்தநேரம் பூரா இவுக ஒழச்சுக்கிட்டேதான்

இருக்கனும். சாகுந் தட்டிக்கும் ஒழைக்கனும். அப்பத்தான் அரைவயித்துக் கஞ்சியாவது கெடைக்கும்.

வரவர நெலம மோசமாகிட்டுத்தான் வருது. முன்னாடி சின்னஞ் சிறுசுக ஆட்ட, மாட்ட பத்திக்கிட்டு கைப்பிள்ளைகளக் கவனிச்சுக்கிட்டு வீட்டோட தெருவுகள்ள பெறண்டு எந்திரிக்குங்க. இப்ப பாவம். பெரியாளுக மாறி அதுகளும் வேல வெட்டி செய்யுதுங்க. காலங்காத்தால மருதவண்டி வர்ரதுக்கு முன்னாடியே தீப்பெட்டி ஆபீசு வண்டி வந்துரும். இத்தினிக்கானி நண்டுகூட ஒறக்கச்சடவோட தூக்குச் சட்டியில கூழையும் ஊத்திக்கிட்டு லம்பிக்கிட்டு வந்து வண்டியில ஏறிப் போகுங்க. தீப்பெட்டி ஒட்டுற வேல, மருந்தவேல, பட்டாசு வேல செஞ்சுட்டு சாயங்காலம் ஏழுமணிக்கு மேல கெறங்கி கிறுகிறுத்துப்போய் வீடுகளுக்கு வருங்க. பள்ளிக்கொடம் போயி நாலுபேர கெணக்கா படிச்சி, வெளாண்டுட்டு திரிய வேண்டிய வயசுல இப்பிடி தீப்பெட்டி ஆபீசுக்குள்ள அடஞ்சுகெடக்க வேண்டிய நெலம. ஒன்னுக்கு ரெண்டு மூனு பள்ளிக்கொடங்க இருக்குது. ஆனா தீப்பெட்டி மருந்து வாசனதான் இவுகளுக்கு கெடச்ச கெதி. படிப்பு வாசன கெடையாது. வகுத்துப்பாட்டுக்கே பெரும்பாடா இருக்கையில எங்குட்டு கூடி படிக்க முடியும்?

5

எங்க தெருவுகள்ள பொழுதுபோக்குன்னு ஸ்பெசலா ஒன்னுங் கெடையாது. பள்ளிக்கொடம் முடிஞ்சுவந்து நாங்க பிள்ளைகளா சேந்து வெளாடுவோம். ஆம்பள பொம்பளன்னு வித்தியாச மெல்லாங் கெடையாது. ஒன்னுக்குல ஒன்னா கெடந்துட்டு வெளாடுவோம்.

முக்கியமா செல வெளாட்டுக வெளாண்டுருக் கோம். பெயலுக ரெண்டு மூனு பேரு நாய்க்கமாருகளா இருப்பானுக. நாங்கள்ளாம் அவுகள ஐயா ஐயான்னு கூப்பிட்டுக்கிட்டு பண்ணையாளுகளா இருப்போம். அதுலய அவ்வுகளுக்கு ரொம்பப் பவுரா இருக்கும். "ஏப்பிளா ஏப்பிளான்னு" எங்கள அதட்டி வேல வாங்குவானுக. நாங்களுஞ் சும்மானாலும் அவுக வயக்காட்டுல வேல செய்றமாறி செஞ்சுட்டு சம்பளம் வாங்கிட்டு வர்ரமாறி வெளாடுவோம்.

இதஉட்டா வேற கடவச்சு வெளாண்டுருக்கோம். அந்த மொதலாளி நாடாரு கணக்கா பெயலுக கடை வப்பானுக. நாங்க போய் ஓட்டுத்துட்டு குடுத்துட்டு பலசரக்கு வாங்கியாருவோம். ஓட்டுத்துட்டுன்னா, ஒடஞ்ச மம்பானைகள ரவுண்டா தட்டி துட்டுக் கெணக்கா வச்சுருப்போம்.

கம்மாயில போயி, களிமண்ணு எடுத்தாந்து சட்டிப்பானைக, பொம்மைக செஞ்சும் வெளாண்டுருக்கோம். இதுகளவிட வேற நல்ல வெளாட்டுக்கள்ளாங்கூட இருக்குது. சர்க்கஸ் காட்டுறது, கூத்துக் காட்டுறது, கும்மி அடிக்குறது, டான்சு ஆடுறது இதெல்லாங்கூட செஞ் சுருக்கோம். ஒரு செல பேரு சாமியாரு, சிஸ்டரா வந்து பட்டு பட்டுன்னு அடிக்குற வெளாட்டும் வெளாண்டுருக்கோம்.

ஒருத்தருக்கொருத்தர் கலியாணம் முடிச்சுக்கிட்டு பஸ்ல பிரயாணம் போறமாறி, புருசங்காரங் குடுச்சிட்டு வந்து அடுச்சு கலாட்டா பண்றமாறி, போலீசு வந்து புடுச்சு அடிக்குறமாறி இப்படியும் வெளாண்டுருக்கோம். இதெல்லாம் ரொம்பச் சின்னப் பிள்ளையா இருக்கும்போது வெளாண்ட வெளாட்டுக. கொஞ்சம் பெரிய பிள்ளையா ஆகவும் வெளாட்டுகளும் அதுக்குத்தக்கன மாறிக்கிடுச்சு. இப்ப எல்லாம் கம்மாயில, கெணத்துக்காட்டுச் செம மீனு புடிக்கப் போவோம். இல்லன்னா பெயலுககூடப் போயி அவனுக மரத்துல ஏறி புடுங்கிப்போட்ற மஞ்சனத்திப்பழம், கொடிக்காப்பழம் இவைகளைப் பெறக்கிட்டு பெறகு அவனுக குடுக்குற பழத்தை தின்னுக்கிட்டு அவனுககூட அலஞ்சிருக்கோம். பெறகு பொம்பளப் பிள்ளைக எல்லாம் தாயம், நொண்டி, செதுக்கு முத்து, எத்துவான், பன்னாங்குழி, தட்டாங்கல்லுன்னு இப்பிடி வெளாண்டுருக்கோம். பெயலுக தெலுக்கா, பம்பரம், செலாங்குச்சி, கம்பேசார் கல்லேசார், கோலிக்குண்டு வெளாடுவானுக.

இதோட கபடி ஆட்டமும் ஆடியிருக்கோம். சாயந்தரக் கோயில் முடிஞ்சு வந்தப்பெறகு செலநாளு ராத்திர ரொம்ப நேரத்துக்கு வெளாண்டுட்டுத்தான் படுக்கப் போவோம். வீட்ல சின்னத் தம்பி, தங்கச்சி இருக்குறவுக அவுகள தோள்மேல தூக்கிவச்சுக்கிட்டு பெட்ரோமாஸ் லைட் தூக்குற வெளாட்டும் வெளாடுவோம். சோளத்தட்டையில சப்பரஞ் செஞ்சு அதத் தூக்கிக்கிட்டு ஊர்வலமா கொஞ்சப்பேரு முன்னால போக இந்த பெட்ரோமாஸ் லைட்டுகள்ளாம் பின்னால போகும். மாட்டுச் சவ்வு வச்சு கொட்டு செஞ்சுக்கிட்டு அதவேற மேளம் அடுச்சுக்கிட்டு போவோம். நல்லா இருக்கும். தெருத்தெருவா அலைவோம். எல்லாத் தெருவுஞ் சுத்திட்டு கடைசியா செவத்தியார் குரூசு கிட்ட வந்து சப்பரத்தை எறக்குவோம். சப்பரம் அவுக வீட்டுப்பக்கம் போறபோது பாக்கனுமே. ஒவ்வொருத்தரும் நமட்டுச் சிரிப்புச் சிரிச்சுக்கிட்டே போவோம். பெரிய ஆளுகள்ளாம் பாத்துட்டு செலபேரு கேலியுங் கிண்டலுமா சிரிப்பாக, செலபேரு சள்ளுப்புள்ளுன்னு உளுவாக. தெருப்பூரா அடச்சுக்கிட்டுப் போனா வையத்தான செய்வாக!

மத்த சாதிப்பிள்ளைக கம்மாக்கர வழியா சோடிச்சுட்டு சினிமா பாக்கப்போவாக. ஆனா எங்கதெருவுல பொம்பளைக யாரும் சினிமாக்குப் போகக்கூடாதுன்னு ஊர்ச்சட்டம். ஏன்னா பலசாதிக்காரப் பெயலுக சினிமாக் கொட்டயில எங்கசாதி பொம்பள புள்ளைகள புடுச்சி இழுப்பானுகளாம். பெறகு மல்லுக்கெட்டு வந்துரும். அதுனால ஆம்பளைக மட்டுந்தான் போவாக. அதுலகூட எளவட்டங்கதான் போவாக.

பொம்பளப்பிள்ளைக வளந்தப்பெறகு வெளாட்டுமில்ல. வேல வெட்டிக்குப் போயிட்டு வந்து வீட்டுவேலப் பாக்குறதோட சரி. வேற ஒன்னுங்கெடையாது. இப்ப சிறுசுகளுக்குக்கூட வெளாடமுடியாது. கோழிகூப்ட எந்துருச்சு இம்புட்டுக்கானு புள்ளகூட தீப்பெட்டி ஆபிசு பஸ்ஸில போய் மசங்குற வரைக்கும் வேல பாக்குதுங்க.

ஊர்ல திடீர்னு நெனச்சுக்கிட்டாப்ல ஆளுக்கள்ளாஞ் சேந்துக்கிட்டு செலம்பு வெளாடுவாக. நீட்ட கம்பு வச்சுக்கிட்டு அடுச்சு வெளாடுவாக. எனக்கு அதுபத்தி ஒன்னுந்தெரியாது. ஆனாலும் சாவடிக்கு முன்னால நடக்குற இந்த செலம்பாட்டத்தப் பாக்க மொத ஆளாப்போயி நின்னுக்குவேன். இதமாறி எளவட்டங்கள்ளாஞ் சேந்து கபடி வெளாடுவாக. அது நல்ல இருக்கும் பாக்க. தெருவுல நெறய்யப் பேரு வந்து பாப்பாக. ஆம்பளைக மரத்தடியில் சீட்டாடுவாக. துட்டுவச்சு ஆடி சண்ட போடுவாக. போலீசு கீலிசு வந்தா கெட்னவேட்டி உளுகுறதுகூட தெரியாம ஓடுவானுக.

உருண்டையா ஒருகல்லு சாவடிக்கிட்ட கெடக்கும். அத எளவட்டக்கல்லுன்னு சொல்லுவாக. சாயந்தரத்துல எளவட்டங்க அந்த கல்ல தல ஓசரத்துக்குத் தூக்கிட்டு பெறகு கீழ போடுவாகளாம். அவுகளுக்கு எம்புட்டு பெலம் இருக்குன்னு அதவச்சுக் காட்டுவாகளாம்.

முன்னாடி பொங்கல் டயத்துல சல்லிக்கெட்டு இருக்கும். இப்ப அதெல்லாம் எடுத்துட்டாக. யாரும் சல்லிக்கெட்டு உடுறதில்ல. கிறிஸ்துமஸ், ஈஸ்டர் திருநாளைக்கு ஊர்ல கபடிப்போட்டி வப்பாக. செல சமயம் எங்க தெருப் பெயங்களுக்குள்ளயே போட்டி நடக்கும். இல்லன்னா பக்கத்து ஊருக்கும் எங்க ஊருக்கும் போட்டி நடக்கும். சாவடிக்கு முன்னால கூட்டம் ஜேஜேன்னு இருக்கும்.

இது தவிர கிறிஸ்துமஸ், ஈஸ்டர் திருநாளுக வரயில சாவடியில மைக் வச்சு ரேடியா கெட்டுவாக. இந்த ரேடியாங்குறது லவுட் ஸ்பீக்கர்னு ரொம்ப நாளைக்குப் பெறகுதான் தெருஞ்சுக்கிட்டேன். அப்ப எங்க ஊர்ல யாருகிட்டயும் மைக்செட் இல்ல. பக்கத்து ஊர்ல போய்தான் கூட்டிட்டு வருவாக.

மைக்செட்டுக்காரன் பஸ்ஸ்டாண்டுலவந்து எறங்கிட்டாலே போதும். சின்னப்பிள்ளைக பூரா பஸ்ஸ்டாண்டுக்கே ஓடிப்போய் மைக் செட்டுக்காரங்கூடயே தெருவுக்கு வருவோம். ரேடியாவ பெயல்கதா தூக்கிட்டு வருவானுக. வரும்போதே அதுல வாய வச்சு ஹலோ ஹலோன்னு கண்டமாணிக்கப் பேசிக்கிட்டே வருவானுக. எனக்கும் அதத்தொட்டுப்பாக்கனும், அவனுகளப்

போல பேசிப் பாக்கனும்னு ஆசயா இருக்கும். ஆனா ஒருநாக்கூட அதுக்கு சான்ஸ் கெடைக்கல.

சாவடிக்குக் கொண்டாந்து ரேடியாக்கெட்டி "கேளுங்கள் தரப்படும் தட்டுங்கள் தெறக்கப்படும் தேடுங்கள் கிடைக்கும் என்றார்" – இந்தப் பாட்டுத்தான் எடுத்த எடுப்புல போடுவாக. இந்தச் சத்தத்தக் கேட்டதுமே வீடுகள்ள இருக்குற அத்தன சின்னப்புள்ளைகளும் எலிக்குட்டிக மாறி மடத்துக்கு ஓடியாருங்க. மடத்துப்படிகள்ள ஏறி கீழே குதிச்சு சந்தோசத்தக் காட்டுவோம். ரொம்ப அதிகமா சந்தோசமாச்சுன்னா ஒருத்தர ஒருத்தர் மணல்ல தள்ளிஉட்டு மேல உளுந்து பெரண்டு எந்துருச்சு சந்தோசத்தக் காட்டுவோம்.

கொஞ்ச நேரங்கழிச்சு வீட்லபோயி புதுத்துணி போட்டு, எண்ண தேச்சு வழுச்சு, சடபோட்டு பூ வச்சு, பொட்டுச் செரட்டயில எச்சி துப்பி ரோசிப் பொட்டு வச்சுக்கிட்டு மறுபடியும் சாவடிக்கு வருவோம். இப்ப வந்து ஒருத்தர்மாத்தி ஒருத்தரா துணிய தொட்டுப் பாக்குறதுலயும், அதப்பத்தி ஒண்ணுக்குப் பத்தா பேசுறதுலயும் சந்தோசத்தைப் பகுந்துக்குவோம்.

சின்னப்புள்ளைகளுக்குள்ள இப்பிடின்னா வயசுப் புள்ளைக அவுகளுக்குள்ளயே சிரிச்சுக்கிட்டு அலைவாக. அப்ப பாத்தா மடத்துக்கு எதிரா இருக்குற கெணத்துல இருந்து தண்ணி எடுத்துட்டு கொடத்த தூக்கிட்டு கட்டு கட்டுன்னு நடக்குற நடயிலேயே சந்தோசந் தெரியும். அன்னைக்கெல்லாம் தெருவெல்லாம் ஒரே ஆரவாரமா இருக்கும்.

பெயல்களும் லொடலொடன்னு கொஞ்சப்பேரும் ரொம்பா இரிக்கலா கொஞ்சப் பேரும் டவுசர் சட்டைகளப் போட்டுக்கிட்டு தினுசு தினுசா முடிய வளுச்சி உட்டு அத அப்பப்ப தொட்டுப் பாத்துக்கிட்டு ஒரு சாயலா சிருச்சுக்கிட்டே அலைவானுக. செலபேரு வெளேர்னு வேட்டிய கால்வரைக்குங் கெட்டிக்கிட்டு செவத்த பனியன்மேல சட்ட போட்டுக்கிட்டு அலைவாக. எல்லாங் கலர் கலரா இருக்கும்.

தெருவுகள்ள இருக்குற குரூசுகளுக்கு முன்னால பந்தப்போட்டு ரெண்டு வாழமரம் நட்டு வச்சுருப்பாக. பந்தக்காலப்புடுச்சு சுத்திக்கிட்டு வெளாடுவோம். பந்தலு கிடுகிடுன்னு ஆடும். பொம்பளைக வந்து குரூசுகள்ள மெழுகுத்திரி பொருத்தி வச்சு கும்புட்டுட்டுப் போவாக. அவுக பொருத்தி வச்ச மெழுகுத்திரி சின்னப் பெயல்களுக்குப் பீடி பத்த வைக்க தோதா இருக்கும். பெரியாளுக குடிச்சிட்டுப் போட்ட கட்டப் பீடிகளப் பெறக்கி வச்சுக்கிட்டு இவனுக பொருத்தி மறவாப் போய் குடிப்பானுக. பொம்பளப் பிள்ளைக அத வேடிக்க பாத்துக்கிட்டு இருப்போம்.

சண்டகிண்ட எடயில வந்தா இருடா நீ கட்டப்பீடி குடிச்சத ஒங்கம்மைட்ட சொல்லித் தாரேன்னு மெரட்டுவோம்.

மைக்செட் வந்துட்டாலே விடியரவவரைக்கும் ஆளாளுக்குப் பெயல்க மைக்ல கண்ட மேனிக்குப் பேசுவானுக. பாட்டுப் படிப்பானுக. அதுக்குத் தக்கன தாளமும் கச்சிதமா ஆளுக போடுங்க. மைக்குல சத்தமா ஒவ்வொருத்தனா பேருகள சொல்லி கூப்புட்டு பாட்டுப்படிக்கச் சொல்லுவாக. அதுக்குக்கூட சண்டவரும்.

முன்னால ஊதன்னு ஒரு ஆளு இருந்தாரு. அவரோட நெசப் பேரு என்னன்னு தெரியல. ஊர்க்குள்ள இவரப்பத்தி தெரியாத ஆளு இல்ல. ஏன்னா தெனமும் பெண்டாட்டிய மடத்துச் சாவடிக்கு தரதரன்னு முடியப்புடுச்சு இழுத்துட்டு வந்து மாட்ட அடிச்சாப்ல எடவார்ட்டயே அடிப்பாரு. எல்லாரும் வேடிக்க பாப்பாக. ஒருத்தரும் கிட்டத்துல போய் வெலக்க முடியாது. ஏதாவது ஒரு காரணத்துக்குத் தெனமுஞ் சண்ட வரும். அடிதடி நடக்கும்.

இவுக ரெண்டு பேருக்கும் கலியாணம் நடக்குறப்ப கோயில்ல தாலி கட்டுறதுக்கு முன்னால சாமியார் ஊதங்கிட்ட "இவள மனவியா ஏத்துக்க சம்மதிக்கியான்னு" கேட்டாராம். அதுக்கு மாப்பிள்ளையா இருந்த ஊதன் சத்தமா "சம்மதமில்ல சாமின்னு" சொன்னாராம். ஓடனே அவுகய்யென், பெரீய்யன் எல்லாம் போயி ஊதன மெரட்டி சம்மதம்னு சொல்ல வச்சு பெறகுதான் தாலிகட்டுனாகளாம். இப்பிடி பிடிக்காத பொண்ண வம்படியா கெட்டிவச்சதுனாலதான் தெனமும் அடிக்கிறாம்னு சொல்லிக்கிட்டாக.

இந்த ஊதனுக்கு கொழலு நல்லா ஊதத்தெரியும். மூங்கில்ல செஞ்ச பொல்லாங்கொழலு அருமையா வாசிப்பாரு. மைக்செட் வச்சு சாவடில பாட்டுங் கூத்துமா அமர்க்களப்படும்போது இவரும் கொழலு ஊதுவாரு. கேக்குதுக்கு நல்லா இருக்கும்.

அனா ஆவன்னா தெரியாது. எங்கிட்டுருந்துதான் கொழலூதப் படிச்சாரோ தெரியலம்பாங்க. முதியோர் கல்வி வத்தப்ப இவரும்போய் செலேட்டுல 'அ' 'ஆ'ன்னு எழுதிப் படிச்சுக்கிட்டு இருந்தாரு. இவரோட பொண்டாட்டி ஆவேசமா ஓடியாந்து "சீ, வெக்கங்கெட்டவனே, காலம் போன கடேசில ஒனக்கு படிப்பு கேக்குதாக்கும். பெரிய்ய கலெக்டரு உத்தியோகமா பாக்கப் போறன்னு" கூப்பாடு போட்டு ஒருமூச்சு ரகள வந்துச்சு. அவருஞ் செத்துப்போயி இப்ப ஏழெட்டு வருசமாச்சு.

அதுமாதிரி பன்னிப்பவுலுன்னு ஒரு ஆளு இருக்காரு. அவரு பேரு பவுலு. எதுக்குப் பன்னிப்பவுலுன்றாங்கன்னு

தெரியல. அவருஞ் சரி அவரோட மகனுஞ் சரி நல்ல பாட்டுப் படிச்சு ஆடுவானுக. ரெண்டொரு தரம் மருதயில இருந்து பொம்பளைகள கூட்டியாந்து ரிக்கார்டு டான்சு கூட போட்டுருக்கானுக. நாடகமும் போடுவாக.

இவரோட மகனும் ரொம்ப குசும்புக்காரன். ஒரு தடவ ஈஸ்டருக்குச் சப்பரஞ் சுத்திவரும்போது மேளக்காரனுக பூராங் குடுச்சுப்போட்டு மேளம் அடிக்க முடியாம தடுமாறிக்கிட்டு வந்தானுக. அப்ப இவந்தான் நாலஞ்சு எளவட்டப் பெயல்கள சேத்துக்கிட்டு மேளக்காரனுக கையிலிருந்த மேளம், கொழலு, சிங்கி எல்லாம் புடுங்கிக்கிட்டு மேளம் அடிச்சுட்டுக்கிட்டு சப்பரத்துக்கு முன்னால தெருத் தெருவா வந்தான். மேளக்காரனுகள விட நல்லா அடுச்சான்.

தவசி பேத்தியா மகன் பவுலுன்னு இன்னொருத்தன். அவனும் நல்லா பாட்டுப் படிப்பான். அவனும் ஒரு குரூப்பு வச்சுக்கிட்டு வில்லடி அடிப்பான். செக்கடி பசார்ல கூட நெறய தடவ வில்லுப்பாட்டு வச்சுருக்கான். நெறயப்பேருக்கு படிப்பு வாசனயே இல்லன்னாக்கூட கூத்தும், தாளமும், பாட்டும் ரொம்ப நல்லா போடுவாங்க.

பானய வகுத்தோட கவுத்தி வச்சுக்கிட்டு சின்னக்கல்ல கையுல புடுச்சுக்கிட்டு பாட்டுக்குத் தக்கன பானயத் தட்டி தாளம் போடுவாங்க. நல்லா இருக்கும் கேக்குதுக்கு. மம்பானயுலயும் போடுவாக. பித்தளைப் பானயுலயும் போடுவாக. அதுலயும் நாலஞ்சுபேரு ஒண்ணா சேந்து ஒருமிக்க அடிக்கையில அம்புட்டு நல்லா இருக்கும். அடிக்குத் தக்கன தலைகளையும் ஆட்டிக்கிடுவாக. அடிக்குறதப் பாத்துக்கிட்டே இருக்கலாம் போல இருக்கும்.

இந்தப் பாட்டுங் கூத்தும் சின்னதுககிட்டகூட இருக்கும். அம்மணக்குண்டியா அலயுற சிறுசுகூட 'சஞ்சனக்கா, சனசனக்கா'ன்னு சொல்லிக்கிட்டு ஒடஞ்சுபோன மண்பானை வாயில மாட்டுச் சவ்வை இழுத்துக்கட்டுன கொட்டுகள வச்சு அடிச்சுக்கிட்டு தாளந்தப்பாம ஆடுறது அம்புட்டு அழகா இருக்கும்.

பொம்பளைகளும் பாட்டுபடிப்பாக. நாத்துநடயில, களஎடுக்கையில, கதிரறுக்கையிலன்னு வேலவெட்டி செய்யும்போதே மெட்டுக்கெட்டி படிப்பாக. பிள்ளையத் தொட்டிலிலபோட்டு ரோராட்டும்போதும் பாட்டுப் படிப்பாக. பொம்பளப்புள்ளைக சமஞ்சுட்டாலும் பாட்டுப்படிப்பாக. செத்தப் பெறகும் ஒப்பாரி வச்சு பாட்டுப் படிப்பாக. கோயில்ல ஈஸ்டர் பூசைக்குப் பெறகு பொம்பளைகளா ரவுண்டா நின்னு

"தெருவில் வாராறே, தெருவில் வாராறே – சேசு
தேரில் வராறே"

இப்பிடிப் பாடிக்கிட்டு கும்மி அடிப்பாக. எல்லாங் கூடிநின்னு பாப்போம். அதுக்குப் பெறகுதான் சப்பரச்சுற்றுப் பிரகாரம் நடக்கும்.

மொற மாப்பிள, மொறப் பொண்ணுக்கும் பாட்டு இட்டுக் கெட்டி

"மஞ்சள் அரைக்கயிலே என்ன
மதுலெட்டிப் பாத்த மச்சா
என்ன பொடி தூவுனீரோ என்னால
இழுத்தரைக்க முடியலயே"ன்னு பாடுவாக.

ரவைக்கு வேட்டநாய்கள வச்சுக்கிட்டு ஆம்பளைக மலங்காட்டுச் செம வேட்டைக்குப் போவாக. இது அவுகளுக்குப் பொழுதுபோக்கு மட்டுமில்ல. வெள்ளாம வெளச்சல காட்டுப் பன்னி, நரி – இப்பிடி நெறய்ய மிருகங்க வந்து அழிமாண்டஞ் செய்யுங்க. அதுகள புடிக்கவுந்தான் போவாக. வேட்ட நாய்கள உசுக்காட்டி உட்டு மொயலோ, காட்டுப்பன்னியோ இப்பிடி எது அகப்படுதோ அதுகள புடிப்பாக.

ஒருநாளு முள்ளம்பன்னிய புடுச்சாந்து சாவடிக்கு முன்னால உள்ள லைட் கம்பத்துல கட்டி வச்சிருந்தாக. அப்பந்தா மொத மொதல்ல முள்ளம் பன்னி பாத்தேன். காட்டுப்பன்னி அம்புட்டுச்சுன்னா கொண்டாந்து தீக்குள்ள போட்டு சுட்டு, ரோமத்தை பொசுக்கிட்டு, மஞ்சள் பூசி குளுப்பாட்டி பூ கீவெல்லாம் வச்சு சோடிச்சு, மால போட்டு, மாட்டுவண்டியில தூக்கிவச்சு ஒசக்க கட்டி தெருத் தெருவா சுத்துவாக. பெரியாளுக சின்னப்பிள்ளைக பூரா அதுக்கு பின்னாலயே சுத்துவோம். பன்னி அடிச்ச ஆளுக்கு புதுசா வேட்டி துண்டுகூட எடுத்து போடுவாக. தெருப்பூராஞ் சுத்துனப் பெறகு அத அறுத்து எல்லாக் குடும்பத்துக்கும் கறிய பங்கு போட்டு குடுப்பாக, அன்னைக்கெல்லாம் ஊரு ஜே ஜேன்னு இருக்கும். ஒருதடவ மானுகூட அடுச்சு கொண்டாந்திருக்காக. மானு, வர ஆடு இதெல்லாம் அடிக்கக் கூடாதாம். ஆனா பாரஸ்டருக்கு கறி குடுத்தாச்சுன்னா கண்டுக்கமாட்டாராம்.

இதுதவுர கிறிஸ்மஸ், வருசப்பெறப்பு, ஈஸ்டரு, சின்னமலத் திருநாளுன்னு கொண்டாடுவாக. இப்பெல்லாம் இந்த கொண்டாட்டங்களும் மாறிபோச்சு. இப்ப சினிமாப்படம் பாக்குதுக்கு இருக்குற முஸ்தீப்பு கோயில்காரியங்கள்ள இல்ல. ரொம்ப வருசத்துக்குப் பெறகு இந்த வருசப் பெறப்புக்கு ஊர்ல இருந்தேன். வருசப்பெறப்புக்கு முந்துனநாள் சாயங்காலத்துல

இருந்தே ஊரு களகட்டிப்போச்சு. தெருவுகள்ள அங்கங்க இட்லி, தோச, பணியாரத்துக்குப் போட்டவுக ஒக்காந்து பழம பேசிக்கிட்டே மாவாட்டிக்கிட்டு இருந்தாக. அங்ன அங்ன உற்சாகமா கத்திக் கத்தி பேசிக்கிட்டாக.

“ஏக்கா பெலேந்திர பொண்டாட்டி, நாளைக்கு மாடு போடுறாகளா?” இப்பிடி ஏகலம் கேட்டா.

“ஏண்டி, கேக்கா பாரு கேள்வி, வருசப்பெறப்பும் அதுவுமா மாடடிக்காமலா இருப்பாக”ன்னு பதுலுக்குச் சொன்னா.

“அப்பண்ணா மொதல்ல போயி அந்த மச்சா முடியப் பங்கிட்ட ரெண்டு கெலோ கறிக்குச் சொல்லிவைக்கனும் மதினி. இல்லாட்டி கறி கெடைக்காது.” இப்பிடிச் சொல்லிக்கிட்டே அந்தோணி விருட் விருட்டுன்னு வீட்டப் பாக்க ஓடுனா.

ஒரலுமேல ஒக்காந்திருந்த மெக்கேலம்மா, “இப்ப பாருங்க மச்சா பல சாதிக்காரப் பெயலுக வந்து மாட்டுக்கறி எடுத்து மறவா திங்கானுக; நம்மளுக்குக் கறிகெடைக்கிறது கஸ்டமா இருக்குது. எல்லாப் பெயலுந்தா திங்கா. ஆனா பாத்துக்கோ இன்னமும் நம்மளத்தா தாழ்ந்த சாதீங்கிறான்.” இப்பிடி ஆளாளுக்குப் பேசிக்கிட்டாக.

ராத்திரி மணி ஒம்பது இருக்கும். சாவடில இருந்த மைக்குல வருசப் பெறப்புக்காக நாளைக்கு ராத்திரி சினிமா காட்டப்போறாகன்னு சத்தம் போட்டுச் சொன்னாக. சிறுசு மொதக்கொண்டு பெருசுவர எல்லாத்துக்கும் கொண்டாட்டந் தான். மறுநா ராத்திரி எப்படா வருமுன்னு காத்துக்கிட்டு இருந்தாக.

மறுநா காலை தெருவெல்லாம் ஒரே சலசலப்பு, சந்தோசந்தான். ஆப்பிள்பழம், ஆரஞ்சுப்பழம், தெராச்சப்பழமுன்னு யாரோ ராகத்தோட சுத்திக்கிட்டு வித்துட்டு போனாக. ஏதுடா நம்ம தெருவுல இப்பிடி வெல ஒசந்த பழங்ககூட விக்குதேன்னு ஆச்சர்யமா போய் பாத்தேன்.

“ஏம்மா ஆரஞ்சுப்பழம் இங்க வாங்க,” – இப்பிடி பல கொரலுக அந்த பழக்கார அம்மாவ கூப்பிட்டதுக. இது இன்னங்கொஞ்சம் ஆச்சர்யமா இருந்துச்சு.

“சாமியாருக்கும் தாயாருக்குமா சேத்து வாங்குமா” – இப்பிடி முத்தம்மா கிட்ட மகஞ் சொன்னான்.

மகளும், “ஏம்மா, மாதா சப பிள்ளைகளும் சந்திப்பு வைக்கனும், சேத்து வாங்கும்மா” அப்பிடீன்னா.

பெறகுதான் வெசயம் புரிஞ்சது. வருசப்பெறப்புக்குத் தாயாருக்கும், சாமியாருக்கும் குடும்பங் குடும்பமா சபக்காருகளா

போய் பழம், பிஸ்கத்து – இப்பிடி குடுத்துட்டு மால மரியாத செய்றது வழக்கம். அது இன்னும் இருக்குதுன்னு தெருஞ்சுக்கிட்டேன். எங்க தெரு ஆளுக இந்த பழங்களோட ருசிய பாத்திராட்டாலும் எப்பாடு பட்டாச்சும் இத வாங்கிட்டுப் போயி சாமியாரு, தாயார்களுக்குச் சந்திப்பு வச்சுட்டு அடக்க ஒடுக்கமா மொழங்கால்போட்டு நெத்தில சிலுவை வாங்கிட்டு வருவாக.

எங்க வீட்ல இருந்தும் சந்திப்புச் சாமான்கள தூக்கிக்கிட்டு கோயிலுக்குப் போனோம். வருசப்பெறப்புன்னு அன்னைக்கு பாவ சங்கீர்த்தனத் தொட்டிக்கு முன்னால பெரிய வருச நின்னது. எட்டு மணிக்குப் பூச தொடங்கி பத்தரமணிக்கு ஒருவழியா முடிஞ்சிருச்சு.

பூசயில ஒரெ ஒருத்தன் மட்டும் கத்திப் பாட்டு படிக்க நாலுபேரு அதுக்கு கண்ட கண்ட சாமானுகள வச்சு தாளம் போட்டானுக. ஒடனே பொம்பளக பக்கமிருந்து ஒருத்தி "வேணும், பாட்டுப்படிக்கவே ஆளுக இல்ல. இதுல பத்துப்பேரு தாளம் போட வந்துட்டானுக. வெக்கங்கெட்டவனுக" – இப்பிடிச் சத்தம்போட்டுச் சொல்ல கொல்லுன்னு கோயிலுக்குள்ள சிரிப்பு. கொஞ்சப்பேரு உஸ், உஸ்னு பாம்புக் கூட்டங்கெணக்கா சத்தம் போட்டு அமைதியா இருக்கச் சொன்னாக.

சாமியாரு வந்து தீத்தந் தொளிச்சிட்டுப்போன நடுசெண்டருல ஒரு பெய அம்மணக்குண்டியா நின்னுக்குட்டு கிராதிக்கிட்ட இருந்து ஒன்னுக்கடுச்சுக்கிட்டே நடந்து வந்தான். அவனுஞ்சாமியாரு தொளிச்ச மாறி தொளிக்க நெனச்சானோ என்ன கழுதயோ. கோலம் போட்டது கணக்கா குஞ்சானப் புடுச்சுக்கிட்டே வாரான்.

இதப்பாத்துக்கிட்டு இருந்த சிஸ்டரு எந்துருச்சு போய் 'படார் படார்'ன்னு அந்தப்பெய முதுகுல நாலு உடுப்பு உட்டாக. அவெ அடி பொறுக்கமாட்டாம, அலற அவுகம்ம ஓடியாந்து, "வருசப்பெறப்பும் அதுவுமா இப்பிடியா பச்சப்பிள்ளையப் போட்டு அடிப்பாக பாதகத்தின்னு" கத்திட்டு பிள்ளையத் தூக்கிட்டு கோயிலுக்கு வெளியே போயிட்டா.

பூச முடிஞ்சு, சாமியார் பங்களாவுல ஒரே கூட்டம். குடும்பங் குடும்பமா மட்டுமில்லாம மாதாசப, பாலர்சப, நல்மரணசப, நற்கருணை வீரர் சப – இப்பிடி ஏகப்பட்ட பேர் சந்திப்பு வச்சாக. நாங்களும் கூட்டத்தோட கூட்டமா போயி முட்டி மோதி சந்திப்பு வச்சுட்டு வெளிய வந்தோம். நம்ம கேட்டமோ இல்லியோ நின்னவுக, மொழங்கால் போட்டவுக, நெடுஞ் சாங்கெடையா உழுந்தவுக எல்லாத்துக்கும் சாமியாரு வருசயா நெத்தில சிலுவ போட்டாரு.

“முந்தியிருந்த சாமியாருக சந்திப்புச் செஞ்சா சிலுவபோட்டு, ரெவண்டு ஆரஞ்சுமுட்டா, அஞ்சாறுசுரூவங்க, புதுவருசக் காலண்டரு எல்லாங் குடுப்பாரு. இவரு வெறுஞ் சிலுவய மட்டும் போட்டு போகச் சொல்றாரு” இப்பிடி ஒருத்தி பொலம்ப எல்லாரும் அதான, இவரு இம்புட்டு கஞ்சத்தனம் பண்றாருன்னு சொல்லிக்கிட்டே வந்தாக.

“ஏக்கா, சாமிகிட்ட சிருச்சுக்கிட்டே ஒரு காலண்டரு கேக்கேன். அவரு மனசார துட்டுக் கேக்காருக்கா. வெலைக்குத்தான் விப்பாராம். கேட்டுக்கிட்டியா. காலம் போற போக்க”ன்னு சொல்லி அந்த சினும அந்தோணி சொல்லிச் சிரிச்சா.

ஒடனே மாதா சபத் தலவி லூர்து சரிசரி பல்லக்காட்டிட்டு நிக்காம அப்பிடியே எல்லாரும் மடத்துக்கு வாங்க. நம்ம சபக்காருக போயி தாயாருக்குச் சந்திப்பு வப்போமுன்னு அதட்டிகூட்டிட்டுப் போனா. தாயாரும் வெறும் சிலுவபோட்டு போகச் சொல்லிட்டாகளாம். “தாயாரே, ஒரு சுருவங் கிருவம் இருந்தா குடுங்கன்னு” கேட்டதுக்கு. “என்ன துட்டா குடுத்து வச்சிருக்கீக, சுரூவம் வாங்கிக்குடுக்க, சரி, சரி சொவத்துல சாயாம, தொடாம வெளிய போங்கன்னு” சொல்லி வெரட்டி உட்டாகளாம்.

பெறகு சபத் தலவிய கூப்பிட்டு கணக்குப்பாத்து அங்க போனவுகளுக்குமட்டும் ஒரொரு சுருக்குப்பை குடுத்தாகளாம். வீட்டுக்கு வந்தப் பெறகு இதவச்சே பெரிய தகராறு.

“தேவிடியாப் பெய மக்க, எனக்கொன்னு சேத்து சுருக்குப்பை வாங்கியாரக்கூடாது. ஆளப்போல நானும் ஏழு ரூபா சந்திப்புக்குக் கெட்டல. தாத்துட்டு குடுக்காத முண்டைகள்ளா சுருக்குப்பை வாங்கியாந்திருக்காளுக”–அந்தக்கா திருச்சிலுவம் ஒரே கூப்பாடு போட்டு தெருவ அலர வச்சுக்கிட்டு இருந்தா. பெறகு அதது மாட்டுக்கறி எடுத்து தின்னுட்டு ராத்திரி படம் பாக்க ஆவலா காத்துக் கெடந்துச்சுக.

ராத்திரி ஏழு மணிலருந்தே சாவடிக்கு முன்னால ஒரே கூட்டம். சாமியாரு கோயில்ல வருசப்பெறப்புக்குன்னு ஸ்பெசலா ஆசிர்வாதம் வைக்கனும்னு சொல்லி தெருத்தெருவா பள்ளிக்கொடத்து பெயல்க மணி அடுச்சு சொல்லிட்டுப் போனானுக. படத்த விட்டுட்டு யாரு ஆசிர்வாதத்துக்குப் போறதுன்னு ஒரு சனமும் போகல.

ஊர் நாட்டாம டெக்கு வாடகைக்கு கொண்டாந்து விடிய விடிய மூனு படம் போட்றதா ஊருக்குள்ள பேச்சு. அடுத்தவீட்டு அந்தோணியம்மா வந்து, “பெரீம்மா, மூனு லெக்குல படம் போடப் போறாகளாம். செவத்தியாரு குருசுகிட்ட ரசினி காந்தி படமாம்; அந்தோணியார் குரூசுகிட்ட கமலதாசன் படமாம்;

இன்னாசியார் குரூசுகிட்ட எம்.ஜி.ஆரு படமாம், எப்பிடியும் மூனையும் பாத்துரனும். எதுக்கு செவாஜிகணேசன் படமட்டும் போடல?" கேட்டுட்டு சாவடிக்கு விர்னு ஓடிப்போனா.

ராத்திரி பத்து மணி ஆனப்பெறகும் டெக்கு வரல, படமும் வரல. காத்துக்கெடந்த சனங்களுக்கு ஒரே ஏமாத்தம். தூறல்போடுற மாறி வேற இருந்துச்சு. செவத்தியாரே மழவராம நிப்பாட்டும்னு எடயில செவம் வேற செஞ்சுக்கிட்டு ஆணி அடுச்சு வச்சமாறி அம்புட்டு பேரும் சாவடிக்கு முன்னால ஒக்காந்து இருந்தாக.

"சரி இந்த டெக்கு இல்லாட்டிப் போகுது. அந்த சித்தப்பா வாத்தியாரு வீட்ல இருக்குற டி.வி.ய வெளியே கொண்டாந்து வச்சு போட்டுக் காட்டலாமுல்ல" இப்படி சின்னப்பன் சொல்லவும்,

"அதெப்டிடா வீட்டு டி.வி.ல படந்தெரியும், அங்க டி.வி. டேசன்ல என்னத்தக் காட்ரானோ அதுதான் டி.வி.ல வரும்" – இப்பிடி தோமாசு சொன்னான். அதென்ன எழவு டி.வி. எல்லாப் படமுங் காட்ட வேணாம்! இப்டி கூட்டத்துல ஒரே சலிப்பு.

கூட்டத்துல இருந்த கல்குண்டான், "இந்த வீட்டு டி.வி. இருக்கே இது 'கைரேடியா' மாதிரி. டெக்கு போட்டு, வீடியோப் படம் பாக்குறது 'டேப்ரெக்காடர்' மாதிரி. ரேடியோவுல கட்டயத் திருகித்திருகி அதுல என்ன வருதோ அதத்தான கேக்குறோம். அது கெணக்கா டி.வி.ல கட்டயத் திருகிஉட்டு அதுல என்ன வருதோ அதத்தான் பாக்கமுடியும். ஆனா டெக்குக்குள்ள நாம நெனச்சு படத்த தள்ளிவுட்டு போட்டுப் பாக்கலாம்." இப்பிடி அவனுக்குத் தெருஞ்சத வெளக்குனான்.

மணி பதினொன்னு ஆகியும் படம் வராததுனால, சனங்க ஒவ்வொன்னா கலஞ்சு போக ஆரம்பிச்சாக. திடீர்னு மைக்குல, டெக்குப் படத்துக்குப் பதுலா தெரப்படம் போடுறாகுன்னு அறிவிப்பு செஞ்சாக. ஒடனே எல்லாரும் உளுந்தடிச்சு சாவடிக்கு எடம்புடிக்க ஓடுனாக. சாவடிக்கு முன்னால ரெண்டு பெரிய கம்புகள கட்டி வெள்ளத்தெர ஒன்னு கட்டுனாக.

"ஏக்கா செவத்தி, தெரப்படம், எம்.ஜி.ஆரு படம் போடுறா களாம், ஒடியான்னு" கூப்புட்டுக்கிட்டே ஓடுனா அமலோற்பவம்,

"ஏ மச்சா வைகுண்டம், என்ன படம், ஆரு நடிச்சது?"

"குடியிருந்த கோயிலு, எம்.ஜி.ஆரும் அந்தம்மா ஜெயலலிதா வும் நடுச்சது" இப்பிடி அந்த மச்சா சொல்ல, எல்லாரும் சந்தோசமா ஒக்காந்திருந்தாக.

ஒரு வழியா பன்னண்டு மணிக்கு மேல படந்தொடங்குச்சு. கப்சிப்புன்னு எல்லாரும் அமைதியா இருந்தாக. குடியிருந்த

கோயிலுக்கு முன்னால எம்.ஜி.ஆரு செத்து தூக்கிட்டுப்போற காட்சியக்காட்ட, கூட்டத்துல இருந்து 'உச் உச்'சுன்னு எல்லா அனுதாபப்பட்டுக் கிட்டு கெடந்தாக. அம்புட்டு நேரமா காத்துக்கெடந்து கடேசியா இப்பிடி எல்லாருஞ் சோகமாகிப் போயி பாத்துக்கிட்டு இருந்தாக. இதெல்லாம் முடிஞ்சப் பெறகு "குடியிருந்த கோயில்" காட்ட ஆரம்பிச்சாக.

மறுநாளு காலைல கொஞ்சப்பேருட்ட நேத்துப் படம் எப்பிடி இருந்துச்சுன்னு கேட்டேன்.

"ஏத்தா, நீ வரலயாக்கும். எப்பேர்ப்பட்ட படம், ரெண்டு எம்.ஜி.ஆரு நடிச்சது. அந்தம்மா ஜெயலலிதா எப்படி ஆடுறாகன்னு பாத்த. அழகுன்னா அம்புட்டு அழகு. எம்.ஜி.ஆரும் அந்தப் பொம்பளையும் பாட்டுப் படிச்சுக்கிட்டு – மறுபடியுஞ் சொல்றேன் நீ போகாதேன்னா போகதேன்னு ஆடுறாகளே, அந்நியாரம்பாத்து அவுகய்யங்கூட பாத்துட்டு வெரட்டுவானே அந்தக் கட்டத்துல எனக்கு ஒன்னுக்கு முடுத்து நெருக்குச்சா; அடக்கிக்கிட்டு ஒக்கார முடியல. எந்துருச்சு போயிட்டேன். அந்த எடத்துல பாக்க முடியாமபோச்சு."

பெறகு இந்த நம்பியாரோ யாரோ வர்ரான்னா. ரொம்ப காவாலிப் பயலா இருக்கான். படம் படத்துக்கு இப்பிடித்தான் படுக்காளிப் பெயலாத்தான் வாரான். அவனோட மகாஒருத்தி துணியுமில்லாம, மணியுமில்லாம அவுத்துப்போட்டுக்கிட்டு ஆடுறா. வெக்கமே இருக்காது பொருக்கோ. தேவிடியாத்தனம் பண்றவுகளுக்கு எங்குட்டு கூடி வெக்கமிருக்கும்?" இப்பிடி ஆளாளுக்கு படத்தப் பத்திச் சொல்லிக்கிட்டே வேல வெட்டி களுக்கு கெளம்பிட்டாக.

கிறிஸ்மஸ், ஈஸ்டர், வருசப் பெறப்புகளுக்கு அங்கங்க ரஜனி காந்து, கமலகாசன் படங்கள கெட்டி தொங்க உடுறானுக. யாருக்குத் திருநாளு. என்ன திருநாளுன்னு தெரியாது. அந்தந்த மன்றத்துக்காரனுக போட்டிப்புகள்ள படத்த மாட்டுவானுக. அம்புட்டுத்தான். நாலஞ்சு எடங்கள்ள ரேடியாகட்டி மன்றத்துக் காரனுக சினிமா பாட்டுக்களை போட்டு காளு பூளுன்னு அலற வப்பானுக. இது தான் இப்ப இருக்குற பொழுது போக்கு.

இப்ப ஊருக்குள்ளயே ஒரு சினிமாக் கொட்டயும் வந்துருச்சு. அதுல போய் அப்பப்ப படம் பாத்துட்டு வாராக. முன்னால ஊர்ல படுச்ச எளவட்டங்க நாடகம் போடுவாக. இப்ப அதெல்லாம் ஒன்னுமில்ல. எல்லா அரகொற படிப்போட அலயுறானுக. இப்ப இருக்குற நேரத்துல கெழடு கெட்டைக ஆடுபுலி ஆட்டம், சீட்டாட்டம் ஆடுறாக. கள்ளோ, சாராயமோ குடுச்சுப்போட்டு மல்லுக் கெட்டிட்டுத் திரியிரானுக.

6

எங்கப்பா பட்டாளத்துல இருந்து லீவுக்கு வர்ராங்கனா ஒரு பக்கம் சந்தோசமா இருந்தாலும் இன்னொரு பக்கம் பயம்மாவும் இருக்கும். லீவுக்கு வரும்போது நெறய்ய தீம்பண்டம், தெராச்சப்பழம், ஆப்பிள்பழம், பிஸ்கட்பெட்டி, முட்டாயி, புதுத் துணிமணி, டின்னு பாலு, டின்னு மீனு – இப்பிடி என்னென்னவோ கொண்டுகிட்டு வருவாங்க. அதெல்லாந் திங்கலாம்னு சந்தோசமா இருக்கும். அவரு லீவுக்கு வந்து வீட்ல இருக்கும் ரெண்டு மாத்தைக்கும் நல்ல சாப்பாடு தண்ணி நெறய கெடைக்கும். மத்த நாளுக பூரா கூழுதான்.

வழக்கமா ரவைக்குச் சோறுங் கொழம்பும். காலையில, மத்தியானத்துல எல்லாம் ஏதாவது ஒரு கூழுதான். சீசனுக்குத் தகுந்த மாதிரி ஒரு கூழு. கூழுக்குக் கடிச்சுக்கிறதுக்கு வெங்காயம், வேர்க்கடல, அச்சு வெல்லம், பச்சமொளகா – இப்பிடி ஏதாச்சும் இருக்கும். கொஞ்சம் துட்டு கையில இருந்தா பொறிகடலத் தொவையலு, இல்லன்னா நாடாரு கடைகள்ள விக்கிற ஊறுகா, அல்லது கடுச்சிக்கிட ஏதாச்சும் வாங்கிக்குவோம். கடைகள்ள இந்த ஊறுகா பாக்கெட் பாக்கெட்டா தொங்கும். கடுச்சுக்கீட மொதலாளிக வீட்டுகள்ல செஞ்சு கொண்டாருவாக. கத்தரிக்கா, மொளகா வத்த எல்லாத்தையும் போட்டு நல்லா ருசியா வச்சுருப்பாக. ஆல எலையில அஞ்சு பைசா, பத்து பைசாவுக்கு வச்சுத் தருவாக. இன்னைக்கு வரைக்கும் அதுக்கு கடுச்சுக் கீடன்னுதா பேரு. கூழுக்கும் அதுக்கும் நல்லாத்தான் இருக்கும்.

நாயித்துக்கெழமைகள்ள நல்ல சாப்பாடு கெடைக்கும். காலையில்ல பூசை முடிஞ்சு வர்ரதுக்கும் மாடு வெட்றதுக்கும் சரியா இருக்கும். நல்லா மாட்டுக்கறி எடுத்து மதியத்துக்கு கூழுக்கூட நனவு தண்ணிக் கறியா கொஞ்சம் திம்போம். நனவு தண்ணிக்கறின்னா மசால கிசால எதுவும் போடாம சும்மா உப்புப்போட்டு வேக வச்ச கறி. பெறகு ராத்திரிக்குச் சோறும் மாட்டுக் கறிக்கொழம்பும். கறிக் கொழம்பு வக்கிற அன்னைக்கு கோயில்ல செவம் முடிஞ்சதும் பெறாக்கு பாக்காம நேரா வீட்டுக்கு வந்துருவோம்.

கம்மா பெருகிக்கிடந்தா சிலேபிக்கெண்டயும், கெண்ட மீனுந்தான் சீப்பாக் கெடைக்கும். அதை வாங்கி மீன் கொழம்பு வச்சுட்டாகன்னா சாயங்காலச் செவத்துக்குக் கோயிலுக்குக்கூட போக மனசு வராது. சோறும் மீன் கொழம்பும் சாப்பிட்டுட்டு பெறகுதான் கோயிலுக்குப் போவோம். சில நேரம் ஒன்னும் இராது. எங்கம்மா எப்பிடியாச்சும் பழைய சோறோ, கூழோ குடுத்து எங்க பசியாத்திடுவா.

தெனம் பள்ளிக்கொடம் போம்போது ரெண்டு பைசா, மூனு பைசா வாங்கிட்டு போவோம். அது மாமூலா நடக்கும். பள்ளிக்கொடத்துக்குப் போக ரெடியாகிட்ட ஒடனே வாங்கித் திங்கிற துட்டுன்னு மறக்காம கேட்டு வாங்கிட்டுப் போவோம்.

எங்கப்பா பட்டாளத்துல இருக்கும்போது பாக்கிஸ்தான் சண்ட, சீனாக்காரஞ் சண்ட, பங்களாதேசச் சண்டன்னு வந்துருக்கு. அப்பயெல்லாம் பணங்கினம் ஒன்னும் அவுங்க அனுப்பமாட்டாங்க. கடிதங்கூட வராது. எங்கம்மா தான் எங்கிட்டாச்சும் கூலி வேலக்குப் போயிட்டு வந்து எங்கள காப்பாத்துவாங்க. சாயங்காலத்துல கம்மாக்கரப்பக்கம் போயி, குப்பைக் கீர, தொயிலுக்கீரன்னு புடுங்கிட்டு வந்து கேப்பக்கழிக்கிண்டி திம்போம். முருங்கக்கீர கூட வேகவச்சு திம்போம். லீவு நாள்ல கடலகெளய, வெறகு பெறக்க, சாணி பெறக்க இப்பிடி எதாச்சும் வேல வெட்டி செஞ்சுக்கிட்டு வருவேன். செல நேரத்துல இருக்குற கஞ்சியோ, கூழோ நாங்க குடுச்சுடுவோம். எங்கம்மா பட்டினியாத்தான் கெடப்பாக, இப்பிடியே சமாளிச்சுட்டு வந்து எட்டாங்கெளாஸ் படிச்சு முடிச்சுட்டேன்.

பெறகு பக்கத்து ஊர்ல ஒரு மடத்துல, ஆஸ்டல்ல சேத்துவிட்டாங்க, நெறயப் பணங்கெட்டி படிக்கிற ஆஸ்டலு அது. நல்ல சாப்பாடு தண்ணி கெடச்சாலும் அங்க இருக்குதுக்குச் சங்கட்டமா இருந்துச்சு. பள்ளிக் கொடமும் பெரிய பள்ளிக்கொடம். நெறய்யா பிள்ளைக படிச்சாக.

எனக்குன்னா அங்க தங்கிப் படிக்கிறதுக்குப் புடிக்கவே இல்லை. வீட்டுக்கு ஓடியாந்துருலாம்னா பயம்மா வேற இருந்துச்சு. அப்பிடி ஓடியாந்தா எங்கண்ண எனிய கொன்னுபோடும்னு எங்கம்மா பயங்காட்டிட்டுப் போயிட்டாக. வேற வழிஇல்லாம பல்லக்கடிச்சுகிட்டு கெடந்தேன். நாளு ஆக ஆக எல்லாஞ் சரியாப்போச்சு. எங்க ஊரு தேவமாரு தெருவுல இருந்து ஒரு பிள்ள எங்கூட வந்து படிக்கச் சேந்திருந்தா. அவா ரெண்டே நாள்ள வீட்டுக்கு ஓடிப்போனா.

பள்ளிக்கொடத்லயுஞ்சரி ஆஸ்டல்லயுஞ்சரி பிள்ளைக வெதவெதமா துணிமணிகளும் தீம்பண்டங்களும் வச்சிருந்துச்சுக. அவுகள்ளா ஒசந்த சாதிப் பிள்ளைகன்னு நெனச்சுக்கிட்டேன். எங்கம்மாவும் கொஞ்சம் அரிசியும், நெலக்கள்ளையும் வறுத்து குடுத்திருந்தாக. அத வச்சுக் கிட்டு நானும் இருந்தேன். எப்பிடி வேற சாதிப்பிள்ளைகளுக்கு மட்டும் இப்பிடி நல்லதுணிமணியும், தீம்பண்டமும் கெடைக்குதுன்னு நெனைச்சுக்குவேன். அவுககிட்டதான் பணமும் இருக்குது. நானு சாதியிலவும் கீச்சாதி. பணமும் இல்ல. எப்பிடியும் படிச்சு முன்னுக்கு வரனும்னு நெனச்சுக்கிட்டு நல்லா படிச்சேன்.

ஊர்ல நான் எங்க பாட்டிக்குப் பேன் பெறக்குற தெறமையை வச்சே எங்கபாட்டி எனிய ரொம்ப கருக்கடையான பிள்ளையா வருவான்னு அடிக்கொரு தரம் சொல்லியிருக்கா. எங்கண்ணங்கூட எனக்குக் கடிதம் எழுதும்போது ‘குருவி தலையில பனங்கா வச்சமாதிரி’ ஒனக்கு புத்தி நெறய்ய இருக்கு. நல்ல படிச்சு நெறய்ய மார்க் வாங்கனும்னு எழுதுவாங்க. துணிமணிகளைப்பத்தி பெறகு நானு ரொம்ப கவலைப் பட்டுக்கல. நமக்குக் கெடச்ச கெதி அம்புட்டுத்தான்னுட்டு எம்பாட்டுக்கு இருந்தேன்.

மாசா மாசம் எங்கப்பா பட்டாளத்துல இருந்து பணம் அனுப்புவாக. சாப்பாட்டு பீசுக்குப் போக ஏஞ்செலவுக்கும் சேத்து ரொம்பவே அனுப்புவாக. நானும் நல்லா வாங்கிப் பெறக்கித் தின்னுக்கிட்டு சந்தோசமாத்தான் இருந்தேன். எங்கம்மாவும் விசிட்டர்ஸ் சன்டேயில மாட்டுக்கறி இல்லன்னா கோழிஅடுச்சு கொழம்பு வச்சு கொண்டாருவாக. நெறய்யா தீம்பண்டமும் வாங்கிட்டு வருவாக. வந்து எனக்கு பேனு கீனு பாத்துவுட்டு, சடப்பின்னிவுட்டு, பூவுவச்சுவுட்டுட்டுப் போவாக. சந்தோசமா இருக்கும். அங்க பெரியபத்துவர படிச்சு முடிச்சுட்டு வீட்ல வந்து இருந்தேன். பெரியபத்துல கவர்மென்ட் பரிச்சையில நான் நல்ல மார்க் வாங்குனேன்னு எல்லாரும் சொன்னாக. எனக்குஞ் சந்தோசமா இருந்துச்சு.

பெரிய பத்துக்குப் பெறகு மேல காலேஜ்கெல்லாம் போகக்கூடாதுன்னு வீட்ல நிப்பாட்டிக்கிட்டாங்க. பணமும் இல்ல. மேல்படிப்புப் படிச்சா எங்க சாதியில மாப்பிள்ள கெடைக்குறது கஸ்டமாம். அதுனால டீச்சர் ட்ரெயினிங் போகனும்னு நாலு எடத்துல எழுதிப்போட்டாங்க.

அந்த லீவுல எனக்குப் பத்தாங்கிளாஸ்ல பாடம் எடுத்த சிஸ்டரப் பாக்கப்போனேன். அவுக நான் படிக்காம வீட்ல சும்மா இருக்குறதப் பாத்துட்டு ரொம்ப வெசனப்பட்டாங்க. எங்கம்மாக்கிட்ட சொல்லி இப்பிடி நல்லா படிக்கிற பிள்ளைய படிக்க வைக்காம வீட்ல வச்சிருக்கீகன்னு சத்தம் போட்டாங்க. எங்கம்மாவும் பணமில்ல சிஸ்டர்னு சொல்ல, அந்த சிஸ்டர் என்னக் கையோட கூட்டிட்டுப் போயி, எங்கம்மா காதுல கெடந்த பாம்படத்தை வாங்கிக்கிட்டு கொஞ்சம் பணங்குடுத்து ஒரு காலேஜிக்கு அனுப்பி வச்சாங்க. நானும் எப்பிடியாவது படிச்சுறனும்னு வைராக்கியத்துல, கெட்டுன துணியோட காலேஜ் போய் சேந்து அங்க இருந்த ஆஸ்டல்ல தங்கிக்கிட்டேன்.

ஒருவாரம் இப்பிடி ஒரே பாவாடை, சட்டை, தாவணியப் போட்டுக்கிட்டுப் போனேன். கிளாஸ் பிள்ளைக பூரா என்னிய ஏதோ ஒரு வினோதப் பிராணியப் பாக்குற மாதிரி பாத்தாங்க. செல பிள்ளைக் ஏங்கிட்ட ஒங்கிட்ட ஒரு செட் துணிதான் இருக்குதா? வேற துணிமணி இல்லையான்னு கேட்டாங்க. எனக்குன்னா ரொம்ப கேவலமாப் போச்சு. எங்கம்மா கொண்டுக்கிட்டு வருவாங்கன்னு சொல்லிட்டு ஆஸ்டல்ல போயி அழுதேன். எங்கப்பா பட்டாளத்துல இருந்து “நீ அந்த சிஸ்டர்மாரு பேச்சக் கேட்டுட்டுப் போயி காலெஜ்ல சேந்தீல்ல. நீ அவுக கிட்டய பணம் வாங்கிக்கோ; அவுககிட்டயே போய்க்கோன்னு” கண்டமாறி கடிதம் எழுதிட்டாங்க. திரும்பி வீட்டுக்குப் போகவும் புடிக்கல. எப்பிடியாவது படிச்சு முடிச்சுறனும்னு மனசுக்குள்ள ஒரு இது. அதுனால எல்லா அவனமானத்தையும் தாங்கிக்கிட்டு தொடர்ந்திருந்தேன்.

நான் எடுத்த மார்க்கப் பார்த்துட்டு, நான் நல்லா உசாரா படிக்கிறதப் பாத்துட்டு, டீச்சர்க, சிஸ்டர்க எல்லாரும் என்னப் பாராட்டுனாங்க. ஒருவாரங்க கழிச்சு எங்கம்மா என்னோட துணிமணி, பெட்டி, படுக்கைகள எடுத்துட்டு வந்து தந்தாங்க. பெறகு ஏங்கிளாஸ் பிள்ளைகளும் எங்கிட்ட கொஞ்சம் பிரியமாப் பழக ஆரம்பிச்சாங்க. டெஸ்டுகள்ல நான் முதல் மார்க் வாங்கவும் அவுகளுக்கு ஆச்சரியமா போச்சு. டீச்சர்களும் பிந்தி வந்து சேந்த பிள்ளையப் பாருங்க எப்படி படிக்குதுன்னு சொன்னாங்க. நானு பெறகுத் துணிமணி, நகை நட்டுன்னு கவலைப்பட்டுக்காம ஏம்பாட்டுக்குப் படுச்சேன்.

செல பிள்ளைக ஏங் காதுல கழுத்துல ஒன்னுமில்ல? கால்ல செருப்புக்கூட இல்லன்னு எங்கிட்ட கேட்டாங்க. ஏறக்குறைய எல்லாப் பிள்ளைகளும் வெதவெதமாக நக நட்டு போட்டுக்கிட்டு நல்லத் துணிமணிகளக் கெட்டிக்கிட்டுத்தான் வந்தாங்க. எங்கிட்ட இருந்தாத்தானே போடுறதுக்கு? இருந்த ஒரு சின்னக் கம்மலையும், பரிச்சை பீஸ் கட்டுறதுக்கு அடகு வச்சிட்டேன். துணிமணிகளும் ரொம்பப் பிரமாதமா ஒன்னுமில்ல.

வருசத்துக்கு ரெண்டு தடவ துணி எடுப்பாக வீட்டுல. ஒன்னு கிறிஸ்மஸ்சுக்கு. இன்னொன்னு சிறுமலத் திருநாளுக்கு. எடப்பட்ட நேரம் எதுவும் எடுக்கமாட்டாக. இந்த ரெண்டை வச்சுக்கிட்டு சமாளிக்கனும். எங்க அக்கா கழிச்சுப்போட்ட துணிகளக் கொஞ்சம் சேத்து வச்சுக்கிட்டேன். இப்பிடியே நாலு வருசத்தைக் கடத்திட்டேன்.

நாலாவது வருசம் காலேஜ்டேன்னு வச்சாங்க. அது ரொம்ப கிராண்டா கொண்டாடுனாங்க. கடேசி வருசப் பிள்ளைக எல்லாரும் பட்டுச் சீல கெட்டி, சோடிச்சு பார்டிக்கு வருவாங்க. எங்கிட்ட மருந்துக்குக்கூட ஒரு நல்ல சீல இல்ல. என்ன செய்றதுன்னுந் தெரியல. யாருகிட்டேயும் போயி கடனா வாங்கிக் கெட்டவும் புடிக்கல. அன்னைக்குனு பாத்து எங்கிட்டும் போகவும் முடியாது. உடவும் மாட்டாங்க. அதுனால ஏம் பாட்டுக்கு குளிப்பு ரூமுக்குள்ள போயி இருந்துக்கிட்டு கதவெப் பூட்டிக்கிட்டேன். எனக்கு ஏ நெலமைய நெனச்சு அழுகை அழுகையா வந்துச்சு. கையில துட்டு இல்லன்னா எப்படியெல்லாம் அவமானப் படவேண்டி இருக்குன்னு தெருஞ் சுக்கிட்டேன்.

என்னோட பிரண்டு ஒருத்தி நாய்க்கமாரு பிள்ள எங்கிட்ட "வீட்டுக்கு எழுதி ஒரு பட்டுச் சீல கொண்டுவரச் சொல்லி இருக்கலாமுல்ல"ன்னா. அப்பிடி வீட்டுல என்ன பட்டுச் சீல வெளயவா செய்யும்? வீட்டுல யாருகிட்டயும் இல்லங்கிற வெசயம் அவளுக்குத் தெரியாது. புதுசா எடுக்கச் சொல்லவும் முடியாது. அவ்வளவு வெலபோட்டு பட்டுச் சீல எடுக்கத் துட்டும் கெடயாது. அந்த பார்ட்டி முடியுற வரைக்கும் பாத்ரூமுக்குள்ள ஒளிஞ்சு கெடந்தேன்.

பி.எட். படிக்கப்போன எடத்துலயும் அப்பிடித்தான். நம்மள விடவும் எத்தனயோ சனங்க இன்னுங் கீழ் ரேட்டுல இருக்கறதப் பாத்துட்டு நம்ம நெலம எம்புட்டோ தேவலன்னு மனச தேத்திக்கிட்டு இருந்தேன்.

பி.எட். முடிச்சுட்டு வேலைக்குப் போன பெறகு ரொம்ப சௌரியமா இருந்தேன். மாசாமாசம் கைநெறய்ய சம்பளம்

வாங்கிட்டு வசதியா, சொதந்திரமா அலஞ்சது நல்லாத்தான் இருந்துச்சு. நெனச்ச சீல சட்டை எடுத்து கெட்டிக்க முடிஞ்சது. நெனச்ச எடத்துக்கு போக முடிஞ்சது. நெனச்சதை வாங்கிப் பொறக்கித் திங்க முடிஞ்சது. கொஞ்சம் நக நட்டுஞ்செய்ய முடிஞ் சது. கையில கொஞ்சம் காசு இருந்தா அதிகாரமும், அந்தஸ்தும், ஒரு கௌரவமும் கெடைக்குதுன்னும் புரிஞ்சுக்கிட்டன். சும்மாவா சொன்னான் "பணம் பாதாளம் வர பாயுமுன்னு." இப்பிடித்தான் துட்டு இருக்கிற எல்லாரும் எப்பமும் சொகுசா இருக்கிறாகன்னு தெருஞ்சுக்கிட்டேன்.

எங்க சனங்க ஊர்ல ராப்பகலா கஸ்டப்பட்டு ஒழச்சாலம் காத்துட்டு கையுல இருக்க மாட்டேங்கு. ஒழச்சு ஒழச்சு ஓடாத் தேஞ்சு போறதுதான் மிச்சம். தெனமும் கூழும் கஞ்சியும் குடிச்சுக்கிட்டு, ஒன்னுரெண்டு கந்தத் துணிகளக் கெட்டிக்கிட்டு, நல்ல வீடோ, நெலமோஇல்லாம ஒழச்சு ஒழச்சு இந்த பணக்காரங்களுக்கே போட்டுக்கிட்டு இருக்குதுங்க. இந்த சொகுசெல்லாம் அவுகளுக்கு எங்ன கெடைக்கும்? நாங்கூட என்னமோ கொஞ்சம் படிச்சுக்கிட்டதுனால இப்பிடி சம்பளம் வாங்கி கொஞ்சம் வசதியா இருக்க முடிஞ்சது. இப்பிடி நம்ம தெரு பிள்ளைகள்ளாம் படிச்சு வேலைக்கு வந்துட்டா நல்லா இருக்கலாம்னு தெரிஞ்சுக்கிட்டேன். ஆனா எப்பிடி அவுக படிப்பாக? அவுக வகுத்துப்பாடே பெரும்பாடா இருக்கே.

இப்படி நெனச்சுக்கிட்டு இருக்கறப்ப மடத்தனமா மடத்துக்குள்ள கன்னியாஸ்திரியா சேந்து நம்மளப்போல கஸ்டப்படுற பிள்ளைகளுக்காகப் பாடுபடலாம்னு ஆசைப்பட்டுக் கிட்டு போய் ஒரு மடத்துல சேந்தேன். இப்பிடி ஒரு சாதியில பெறந்து இவ்வளவு கஸ்டப்பட்டு நம்ம படிப்புனால முன்னுக்கு வந்ததபோல மத்த கஸ்டப் படுற பிள்ளைகளையும் முன்னுக்குக் கொண்டுவரலாம்னு மனசுக்குள்ள ஒரு ஆச. அப்பிடிப்பட்ட பிள்ளைகளுக்குப் படிச்சுக் குடுக்கனும்னு ஆச. ஆனா நான்போய் சேந்தமடம் இப்பிடி கஸ்டப்படுற பிள்ளைகளக் கண்ணெடுத்தும் பாக்காம பெரிய பெரிய பணக்காரப் புள்ளைகளுக்குத்தான் சேவகம் பண்ணிக்கிட்டு இருக்கிற வெசயத்தை உள்ள போய் தெருஞ்சுக்கிட்டேன். மடத்துக்குள்ள வறுமையில வாடுற சனங்கன்னா ஒரு தினுசாவும், துட்டு இருக்குறவுகள இன்னொரு தினுசாவுந்தான் நடத்துறாங்க.

சிஸ்டர் ஆகுறதுக்கு முன்னால நாங்க வறுமையா வாழ்வோம்னு வார்த்தைப்பாடு எடுக்குறாங்க. அது சும்மானாலுந்தான் அப்பிடி எடுக்குறது. மடத்துக்குள்ள வறுமைன்னா என்னன்னு தெரியாது. மணி அடிச்சா சோறு.

வெறுஞ்சோறு தானா? வக வகயாச் சாப்பாடு. கறி, மீனு, முட்டன்னு வெதத்துக்கொரு சாப்பாடு. பலமாறிப்பட்ட காய்கறி, பழம் அதுஇதுன்னு எக்கச்சக்கமா இருக்கும். இருக்குறதுக்கு வசதியான ரூம். ரூமுக்குள்ள கட்டுலு, காத்தாடி, மேசை, நாற்காலி, தண்ணி வசதி எல்லாம் இருக்குது. மடத்துக்கிட்டயே பள்ளிக்கொடம். நாலெட்டுல போய் சொல்லிக் குடுத்துட்டு ஓடியாந்துரலாம். பஸ் புடுச்சி, அடிபட்டு, நசுங்கி, அரக்கப் பரக்க ஓடியாரனும்னு அவசியமில்ல. பத்து மணி ஆச்சுன்னா காப்பி, பலகாரம். பன்னெண்டு மணியாச்சுன்னா சூடாச் சாப்பாடு. நாலு மணியாச்சுன்னா மறுபடியும் டீ, பலகாரம். பெறகு ஏழு மணியாச்சுன்னா திரும்பியும் சூடாச் சாப்பாடு.

உள்ளுக்க எல்லா வசதியும் இருக்குது. வெறுந் தீவனந் தின்னுக்கிட்டு, துணிமணி கட்டிக்கிட்டு ஊர் ஊரா சுத்திக்கிட்டு இருக்கனும்னா மடத்துக்குள்ள இருக்கலாம். எனக்கு மடத்துல சேந்தப்பெறகு சீ இம்புட்டுத்தானா இந்த கன்னியாஸ்திரிகளோட வாழ்க்கைன்னு ஆகிப்போச்சு. இதுல எங்குட்டு கூடி வறுமயைப் பாக்குறது?

பள்ளிக்கொடத்துல பூரா பணக்கார வீட்டுப் பிள்ளைகதா. இவுக நட, ஒட, பவுருக்குத் தக்கனதான் மடத்து கன்னியாஸ்திரிகளும் குலுக்கி, மினுக்கி, அலையுறாங்க. எனக்கு இதெப் பாக்க பாக்க வகுத்தெருச்சலா வந்துருச்சு. மனசுக்கு உறுத்தலா இருந்துச்சு. மனசாட்சி கெடந்து அடிச்சுக்கிட்டு கெடந்துச்சு. கடைசில இது ஒரு வாழ்க்கையான்னு ஆயிப்போச்சு. ரொம்ப மனசு வெறுத்துப்போயி, மடத்தை உட்டுட்டு வீட்டுக்கு வந்துட்டேன்.

வீட்டுக்கு ரொம்ப வீராப்பா வந்துட்டாலும் ரொம்ப கஸ்டமாத்தான் இருந்துச்சு. இருந்த வேலயும் போச்சு. கையுல பணமும் இல்ல. கெட்ட சீல துணிமணியும் அவ்வளவா கெடயாது. மனசுலயும் கொஞ்சனஞ்ச வேதனயில்ல. இது எல்லாத்தையும்விட வெளியே வந்துட்டபெறகு, எல்லாமே மாறிப்போயி, கண்ணக்கெட்டி காட்டுல உட்டமாறி தெணறிட்டேன்.

வீட்டுல நம்மள ஏத்துக்கிட்டாலும் எனக்கென்னவோ மனசு ஒரு மாதிரியா இருந்துச்சு. மடத்து வாழ்க்க ஒரேடியா என்ன மாத்திப்போடுச்சு. எம்புட்டோ தைரியமா இருந்த நானு ரொம்ப பூஞ்ச மனசுக்காரியா ஆகிப்போயி, எதுக்கெடுத்தாலும் ஒரு பயம், அழுகை, இப்பிடி தெம்பில்லாமப் போனேன். யாருமில்லாத அனாதப் பிள்ளகெணக்கா இருந்தேன். மனுச மக்ககிட்ட சாதாரணமா பேசிப் பழக்கக்கூட கூச்சமா

இருக்குது. இப்பிடி கெடக்குறதுக்கு பேசாம செத்துத் தொலஞ்சிரலாம்னுகூட செல சமயம் மனசுல நெனச்சேன்.

இன்னைக்கு நெரந்தரமா ஒரு வேலவெட்டி எதுவுமில்லாம, சாப்பாட்டுக்கும் துணிமணிக்கும் தங்க ஒரு பாதுகாப்பான எடத்துக்கும் வழிவக இல்லாம, தெரு நாய்மாறி அலைறேன். தலித் மக்க ஏழைகளா கெடந்து கஸ்டப்படுற நெலமய நானும் அனுபவிக்கேன். ரணபாடு பட்டு வெயில்லயும் மழையில்லயும் ஒழச்சிட்டு கூழுத்தண்ணியக் குடுச்சுப் போட்டு குடுசைகள்ள காலத்தக் கழிக்குற தலித்துகளோட வறும நெலயில கொஞ்சம் நானும் அனுபவிக்கேன். பாடுபடுறது பரம ஏழைகளான தலித்துக. அதோட பலன அனுபவிக்குறது துட்டுக்காரனா இருக்குற மேச்சாதிக்காரனுகதான். இதுதா இன்னைக்கு எங்க ஊர்ல நடக்குறது.

மேச்சாதிக்குள்ளயே ஏழையாப் பெறந்தா கஸ்டம்தான். அப்பிடி இருக்க பறக்குடிக்குள்ள பரம ஏழைகளா அன்னாடங் காச்சிகளாகப் பெறந்துட்டப் பெறகு நெலம என்னன்னு சொல்லித் தெரிய வேண்டாம். கோழி கூப்டுறதுக்கு முன்னாலய எந்துருச்சு வாசத்தொளுச்சுட்டு, தண்ணி கிண்ணி எடுத்து வச்சுட்டு, கூழு குடிச்சும் குடிக்காமலும் அரக்கப்பரக்க வேலைக்கு ஓடுறதுக்கே நேரம் சரியாப்போகும். இதுல எங்க இவுக பெத்த புள்ளைகள கவனிச்சு பள்ளிக்கொடத்தக்குப் போகச் சொல்ல முடியும்?

இந்த வறுமைக்குள்ள என்ன படிப்புன்னு, பொம்பளப்புள்ளைக வெறகு சுள்ளி பெறக்கி, வீட்டப் பாத்துக்கிட்டு, கைப்பிள்ளைகளக் கவனிச்சுக்கிட்டு, வீட்டு வேலைகள செஞ்சுக்கிட்டு கெடக்குதுக. பெயல்க கொஞ்சம் வெவரந்தெருஞ்சதும் ஆட்ட மாட்ட மேச்சுக்கிட்டு அலையுறானுக. தெருவுகள்ள பாத்தா, சின்னப் புள்ளைக துணிமணி இல்லாம மூக்க வடுச்சுக்கிட்டு, நாய்க்குட்டி பன்னிக்குட்டின்னு வித்தியாசம் இல்லாம சேத்துலயும் சகதியிலயும் உருண்டு கெடந்து வெளாண்டுட்டுக் கெடக்குங்க.

ஆனா இவுக ஒழப்ப அட்ட கெணக்கா உறுஞ்சுற மேச்சாதிக் காரனுகளோட புள்ளைக, நல்லா தின்னு கொளுத்துட்டு, துணிமணி கெட்டிக்கிட்டு, பள்ளிக்கொடம் போயி படுச்சு, பதவிக்கு வந்து, பணத்துக்கு மேல பணஞ்சேத்துக்கிறாக. ஒழைக் குறதுக்கு ஒருசாதி. ஒக்காந்து திங்கறதுக்கு ஒரு சாதின்னு பிரிச்சு வச்சுருக்காங்க. சமுதாயத்துல தீண்டத்தகாதவுகன்னு பிரிச்சு ஒதுக்கி ஓரங்கட்டி வச்சுக்கிட்டு, அவுகள எந்திரங்கெணக்கா வேல வாங்கி அவுகள முன்னேற உடாம இப்பிடி அநியாயம் அக்கிரமம் செய்றாகளே. இது என்னைக்கு மாறப்போகுதோ தெரியல. நம்பள வெரட்டி சொகுசுகண்டபய இத மாத்துவானா? மாத்தத்தான் உடுவானா?

பெறப்பால கெடச்ச சாதியையோ, இந்த சாதியோட கெடைக்குற வறுமயையோ, அவமானத்தையோ, மாத்துறதுக்கு வழிதெரியல. நமக்குக்கெடச்ச கெதி இம்புட்டுத்தான்னு சமாதானஞ் சொல்லிக்கிட்டு, பொறுமையா ஏத்து சகிச்சுக்கிட்டு போறாக. இது நமக்குக் கெடச்ச கெதியுமில்ல. விதியுமில்லன்னு ஒணந்துகிட்ட கொஞ்சப்பேரு இந்த அக்கிரமத்த தட்டிக் கேக்கனும்னு மொயற்சி பண்றாங்க. ஆனா பண பலத்துக்கு இருக்குற அதிகாரம், சக்தி நம்ப மனசுபலத்துக்கு இல்லியே. எம்புட்டு நாளைக்கு கஞ்சிதண்ணி இல்லாம நியாயத்துக்கும் சத்தியத்துக்கும் போராட முடியும்? அன்னாடஞ் சாப்பாட்டுக்கே அடுத்தவன நம்பித்தான் இருக்க வேண்டிய நெலம. ஒருவேளச் சோத்துக்கே தாளம் போட வேண்டிருக்கு. இத வச்சுக்கிட்டுத்தான் பணக்காரனுக, தலித்துகள அடக்கிவச்சு நசுக்கிப் போடுறானுக.

சமுதாயத்துல சனங்ககிட்ட மட்டும் இந்த நெல இல்ல. இதவிட மோசமா நம்ம திருச்சபைக்குள்ளயே இருக்குது. அறியாமையில கெடக்குற தலித்துகள மூலதனமாவச்சு பெரிய வியாவாரமே செஞ்சு, அவனவெஞ் சாதி சனத்துக்கள முன்னேத்தி உடுறானுக. திருச்சபையில தலித்துக நம்பர்லதா சாஸ்தி. மீதி எல்லாத்துலயும் கீழ்ரேட்டுதான். திருச்சபைச் சொத்து சொகத்த அனுபவிக்குறது மேச்சாதி கிறிஸ்தவங்க தான். இந்தச் சாமியாரு கன்னியாஸ்திரிகள்கூட, பெரிய பெரிய பதவிகள்ள புடிச்சுக்கிட்டு அடாவடித்தனமும், அதிகாரமுஞ் செய்றது மேச்சாதிகதான். தலித்துக சாமியாரா, கன்னியாஸ்திரியா போனாலும் அங்கயும் அவுகள ஓரங்கட்டி வச்சுட்டுத்தான் மறுசோலி பாக்குறாக. அதுனால, எங்களப்போல தலித்துக தொறவறத்துல இருக்கனும்னு ஆசப்பட்டாலும், எங்களப் போலவுகளுக்கு அங்க எடமில்ல.

7

கடவுள்மேல நான் வச்சிருக்கிற நம்பிக்க, பக்தி எல்லாம் இத்தன வருசத்துக்குப் பெறகு பாக்கையில எம்புட்டோ மாறிப்போயிருக்கு. எனக்கே ஆச்சரியமாக்கூட இருக்குது.

ஊர்ல இருக்கும்போது கடவுளப் பத்தி எனக்குச் சொல்லிக் குடுத்தது எங்கம்மா, பாட்டி, வாத்திமாருங்க, சிஸ்டருங்க அப்புறம் சாமியாருங்க. இவுக சொன்னதப் பூரா அப்பிடியே நம்புவேன். அப்பிடியே செவஞ் செய்வேன்.

தெனமுஞ் சாயங்காலத்துல மந்தர கிளாஸ் கோயில்ல நடக்கும். ஒரு துண்ட எடுத்து பொத்திக்கிட்டு பள்ளிக்கொடம் முடிஞ்சுவந்த கொஞ்ச நேரத்துல கோயிலுக்குப் பொறப்பட்டு போயிருவோம். பசியான பசி எடுக்கும். ஏதாச்சும் இருந்தா தின்னுக்கிட்டே கோயிலுக்குப் போகலாம்னு ஆசையா இருக்கும். செல நேரம் குருநா நனயப்போட்டு மடியில அல்லது சட்டப்பைக்குள்ள போட்டுக்கிட்டு தின்னுக்கிட்டே போவோம். போற வழில செக்கடி பஜாருல கண்ட கண்ட சாமானுகவிக்கும். துட்டுத்தான இருக்காது. சும்மா நின்னு பாத்துட்டு போவோம்.

விடியங்காட்டி மழன்னாலும், பனின்னாலும் வெள்ளனத்துல எந்துருச்சு காலப்பூசைக்குப் போகனும். பல்லு வெளக்கியும் வெளக்காமலும் துண்ட தூக்கிப் போட்டுக்கிட்டு ஓடனும். கோழி கூப்டத்தான் ஒறக்கமும் நல்லா வரும். ஆனா அன்னியாரந்தான் எந்துருச்சு கோயிலுக்குப்

போகனும். எந்திருக்கவே சங்கடமா இருக்கும். மூஞ்சியக் கழுவியும் கழுவாமலும் ஓடுவோம். அதுலயும் கம்மா பெருகிக்கெடந்தா எந்துருச்சு போகவே முடியாது. ரொம்ப குளுரும். எத்தனை தடவ உசுப்பி உட்டாலும் பெரண்டு படுக்கத்தாஞ் சொல்லுமே தவர எந்திரிக்க மனசு வராது. ஆனா என்ன பாடு பட்டாலும் எந்துருச்சு போய்த்தா ஆகனும். போகாட்டி மறுநாளு பள்ளிக்கொடத்து அசெம்ளில வச்சு சாமியார்கிட்ட இல்லன்ன வாத்தியார்கிட்ட அடிவாங்கனும். அடின்னா சாதாரண அடி இல்லை. பெரம்புட்ட சுளீர் சுளீர்னு அடிஉழும். வீங்கிப்போகும் வீங்கி. அந்த அடிய நெனச்சுக்கிட்டாப் போதும். படுக்கையிலிருந்து துள்ளிக் குதுச்சு எந்துருச்சுருவோம்.

எனக்குச் சின்ன வயசுல இருந்தே மனப்பாடம் பண்றது ரொம்ப ஈஸியா இருக்கும். ஞாவக சக்தியும் சாஸ்தி. அதுனால மந்திரங்கள்லாம் அத்துபடி. ஞானதேசத்துல பரிச்சை வச்சா நா எப்பவும் மொதப்ரைஸ் வாங்குவேன்.

நானு ரெண்டாங் கிளாஸ் படிக்கும்போது ஒரு வெள்ளக் காரச் சாமியார் பள்ளிக்கொடத்துக்கு வந்தார். நல்ல ஒயரமா வெள்ள வெளேர்னு நீளத்தாடி வச்சுக்கிட்டு வந்தாரு. அவரத் தொட்டுப் பாக்கனும்னு நாங்க ஆசைப்பட்டுக்கிட்டு கெடந்தோம். சிஸ்டர் ஒவ்வொருத் தரையா மந்தரஞ் சொல்லச் சொன்னாக. ஆறு லச்சண மந்தரம். கர்த்தர் கற்பித்த செவம், மங்கள வார்த்தை செவம், விசுவாச மந்தரம் எல்லாத்தையும் சொல்லச் சொன்னாங்க. நா மட்டுந்தான் எல்லா மந்தரத்தையும் சரியாச் சொன்னேன். அந்தச் சாமியாரு என்னத் தூக்கி எடுத்து முத்தங் குடுத்துட்டு அஞ்சுபைசா குடுத்தாரு. அந்த வெள்ளக்காரச்சாமி என்னத் தொட்டுத் தூக்கியதே பெரிய சந்தோசம். அதுலவேற முத்தங்குடுத்து துட்டு வேற குடுத்தது எனக்குத் தலகாலு புரியாத சந்தோசம். அந்த துட்டை வாங்கித் திங்காம பாவாடயில பத்திரமா சொருகி வச்சுக்கிட்டேன். வீட்டுல போய் காட்டனும்னு ஆச. அதுக்குத்தான்.

ரெண்டாங்கிளாஸ் படிக்கும்போதே புது நன்ம வாங்கிட்டேன். மூணாப்பு படிக்கும்போது மதுரையில இருந்து ஆண்டவர்சாமி வந்தாரு. அப்ப உறுதி பூசுதல் வாங்கிட்டேன்.

தாயாருமாரு பள்ளிக்கொடத்ல படிக்கையில சிஸ்டருங்க எனியத்தான் பங்குக்கோயில தெறக்க பூட்டச் சொன்னாக. பள்ளிக் கொடத்து நேரத்துல கோயில்ல போய் பூ வாசு எடுத்துட்டு வர, அதை வெளக்க, பெறகு சிஸ்டரு பூ வாசு வச்சுத்தர கொண்டுபோய் கோயில்ல வைக்க எல்லா நாஞ்செய்வேன். ஏங்கூட யாராச்சும் இன்னொரு பிள்ளைய கூட்டிக்கிட்டுப்

போவேன். எதுக்குன்னா கோயிலுக்குள்ள தனியாப் போக பயம்மா இருக்கும். யாராச்சுங் கூட இருந்தா கொஞ்சந் தெம்பா இருக்கும்.

கோயிலுக்குள்ள தனியா இருக்கனும்னா கொலையே நடுங்கும். ஏன்னா அப்ப பாத்துத்தான் சிஸ்டருக ஞானதேசக் கிளாஸ்ல சொன்ன பேய்க்கதை, பொசாசுக் கதை எல்லாம் நெனப்புக்கு வரும். கோயிலுக்குள்ள எங்குட்டுப் பாத்தாலும் பேயா இருக்குற மாறி இருக்கும்.

நாம பாவஞ் செஞ்சிக்கிட்டே இருந்தா பேயி பெரிய நோட்டுல நம்ம பாவத்த எழுதி எழுதி வச்சு கடவுள் கிட்ட காட்டுமாம். அப்பிடி ரொம்ப பாவஞ்செஞ்சா நோட்டு காலியானப் பெறகு நம்ம முதுகுத்தோல உருச்சு பாவத்தை எழுதும்னு சிஸ்டரு ஞானதேசக் கிளாஸ்ல சொன்னாக. கரெக்டா நானு கோயில்ல தனியா இருக்கும்போது தான் இது ஞாவத்துக்கு வரும். பேயி எம்பாவத்தை எழுதி எழுதி நோட்டுத் தீந்துட்ட மாறியும் ஏம் முகுதுத் தோல உரிக்கிறதுதுக்கு பேய் வர்ற மாறியுமா தெரியும். படத்துகள்ல பாக்ற கருப்புப் பேயி பெரிய வாலு, கொம்பு, நெகம், பல்லு வச்சுக்கிட்டு எங்கிட்ட வர்ரமாரியும் நாஞ்செஞ்ச பாவத்தை எழுதுன நோட்டக்காட்டுற மாறியும் இப்பிடி கண்ணுக்குள்ள தெரியும். பயந்து செத்துருவேன். கோயில உட்டு வெளிய வந்துட்டா இத மறந்துடுவேன்.

இந்த சிஸ்டருகளுங் கொஞ்ச நல்ல கதையா எதுவுஞ் சொல்ல மாட்டாக. எப்பப்பாரு பேய்க் கததான். பேய் ஒரு தராசு வச்சுக்கிட்டு அலயுறதாயும், தராசுல ஒரு தட்டுல நாம் செஞ்ச பாவத்தையும் இன்னொரு தட்டுல நாம செஞ்ச புண்ணியத்தையும் நிறுக்குறமாறியும் சொல்லுவாக. கோயிலுபக்கம் போயிட்டாலே பெசாசு தராசோட தலைக்கு மேல கத்துரமாறி ஒரு பெரம்ம புடுச்சுப்போய் பயம்மா இருக்கும். பாவம் வச்சிருக்க தராசுதான் கீழாம இழுத்துகிட்டு போற மாறி தெரியும்.

புண்ணியம் உள்ள தட்டை கீழ கொண்டுவர்ரதுக்குன்னு சிஸ்டருக சொல்ற வேலையெல்லாம் செய்வேன். என்ன சொன்னாலும் கீழ்ப்படிவேன். அடிக்கடி மந்தரஞ் சொல்வேன். ஆனாக்கூட பாவத்தட்டுத் தான் எறங்குறமாறி இருக்கும். கண்ணால பெசாச பாக்க முடியுமாம். அதுதான் ரொம்ப பயம்மா இருக்கும். இப்ப ஓனிடா டி.வி. வெளம்பரத்துக்கு வர்ர பெசாசு மாறித்தான். அப்பயும் வரும். ஆனா அந்தப் பெசாசு கரேர்னு பாக்கவே பயங்கரமா இருக்கும். பதறிப் போவேன் பதறி.

நம்ம நெறய்ய பாவஞ் செஞ்சா பெசாசுக்குச் சந்தோசமாகவும், சம்மனசுக்கு வருத்தமாவும் இருக்கும்னு சிஸ்டருக சொல்லுவாக. அதுனால நானு சின்னப் பொய் கிய் சொல்லிட்டாக்க, குச்சியோ பென்சிலோ களவாண்டுட்டா, வீட்ல தாய் தகப்பனுக்குப் பெரியவுகளுக்குக் கீழ்ப்படியாட்டா, பள்ளிக்கொடத்ல நல்ல பிள்ளையா நடக்காட்டி, தராசு தூக்கிட்டு அலையுற பெசாசு பல்லக்காட்டி சந்தோசமா சிரிச்சுக்கிட்டு இருக்கிற மாறியும், சம்மனசு பாவம்போல அழுகுறமாறியும் கண்ணுக்கு முன்னால தெரியும். அழுகுற சம்மனசப் பாக்கையில எனக்கும் அழுகை வர்ரமாறி இருக்கும். எப்பிடித்தான் இத மறக்கனும், அழிக்கனும்னு நெனச்சாலும் முடியாது. இன்னும் அதிகமாத்தான் கண்ணுக்கெதுக்க வரும்.

புதுநன்ம வாங்குறதுக்கு முன்னால நல்ல பாவசங்கீர்த்தனம் செய்ய சொல்லிக் குடுத்தாங்க. அவுக அன்னைக்குச் சொல்லிக் குடுத்த பாவத்தைத்தான் நான் ரொம்ப நாளா சொல்லிக்கிட்டு வந்தேன். வாராவாரம் பாவசங்கீர்த்தனம் செய்யனும்னாங்க. பாவசங்கீர்த்தன தொட்டில போயி மொழங்கால் போட்டு மனப்பாடம் பண்ணுன வாய்ப்பாட்டை ஒப்பிப்பேன்.

“சாமி சர்வேசுரனுக்குத் தோஸ்த்திரம். நான் பாவியாருக்கேன். என்ன ஆசீர்வதியும். நான் பாவசங்கீர்த்தனம் செஞ்சு ஒரு வாரம் ஆகுது. நான் நாலுதடவ பொய் சொன்னேன்; அஞ்சு தடவை கள வாண்டேன்; பெரியவங்களுக்குக் கீழ்ப்படிஞ்சு நடக்கல; கோயில்ல பெறாக்குப் பாத்தேன்; இந்தப் பாவங்களுக்கும் மறந்துபோன பாவங்களுக்கும் மனஸ்தாபப்படுறேன் சாமி” – இதான் அந்த வாய்ப்பாடு.

சாமியாரு தண்டனயா ‘மூனு அருள்நிறைந்த மரியாயே செபத்தைச் சொல்லு’ன்னு சொல்லிட்டு சத்தமா ஆசிர்வாதம்னு சொல்வாரு. ஒடனே எந்துருச்சு கோயிலுக்குள்ள போய் தண்டனய நெறவேத்தனும். சாமியாரு பங்களாவுல இருந்து கோயிலுக்குள்ள இருட்டுக்குள்ள போறதுக்கு பயம்மா இருக்கும். ஒவ்வொரு தடவயும் பாவசங்கீர்த்தனம் முடிச்சிட்டு பயந்து நடுங்கி ஓட்டமு நடையுமாத்தான் கோயிலுக்குள்ள போவேன். அங்கபோயி சாமியாரு சொன்ன மந்தரங்களோட உத்தமனஸ்தாப மந்தரத்தயும் சேத்து சொல்லிட்டு வீட்டுக்கு ஓடுவோம்.

நன்ம வாங்கும்போது நன்மயை பல்லுட்டயோ கையுட்டயோ தொடக்கூடாது. வாய்க்குள்ள ஒட்டிக்கிட்டாலும் நாக்காலயே தடவித் தடவி தள்ளி முழுங்கனும்னு சிஸ்டர் சொன்னாங்க. சேசு நன்மயில இருக்குறார். அவரைக் கடிக்கக்கூடாது. நம்ம பாவக் கையிட்டத் தொடக் கூடாதுன்னு திரும்பி திரும்பிச்

சொன்னாங்க. கொஞ்ச நாளைக்கு அவுக சொன்னபடியே செஞ் சேன். நன்ம மேல ஒட்டிக் கிட்டா ரொம்பச் சங்கடமா இருக்கும். நாக்குட்டயே தடவித்தடவி எடுக்க கஸ்டமா இருக்கும். நேரமும் ஆகும். பெறகு எப்பிடி நற்கருணை நாதர்கிட்ட சொல்லவேண்டிய செவத்தைச் சொல்ல முடியும்? அதுனால கூடுமானவரைல சீக்கிரத்தில நன்மய முழுங்க முயற்சி செய்வேன்.

ரொம்ப வேடிக்கையா இருக்கும். முக்காடு போட்ட துண்டுனால வாய மறச்சுக்கிட்டு நாக்குட்ட தள்ளித்தள்ளி, தள்ளுறதுக்கு தகுந்தமாறி மண்டயும் ஆடிக்கிட்டு ஒருவழியா முடிப்பேன். கூடவே யாரும் நம்பள பாக்குறாகளா, முக்கியமா சிஸ்டருக யாரும் பாக்குறாகளானு ஓரக் கண்ணுட்ட பாத்துக்குவேன்.

ரொம்ப நாளா நன்மயக் கையிட்ட தொட்டுப்பாத்து ரம்னும்னு ஒரு ஆசை. அதுனால ஒருதடவ முக்காட்டுத் துணிய வச்சு நல்லா மறச்சுக்கிட்டு நன்மயக் கையிட்ட தொட்டுட்டேன். சிஸ்டர்க பயங்காட்ன மாறி ஒன்னுமே நடக்கல. கையிட்ட தொட்டா கையில ரத்தமா ஒட்டும்னு சொன்னாக. வெரல எடுத்துப் பாத்தேன். ஒன்னுமே இல்ல. சிஸ்டருக சும்மா சொல்றாகன்னு தெருஞ்சுக்கிட்டேன். ஆனா அதயாருகிட்டயும் சொல்ல முடியல. சொல்லனும்னு ஆச தான். ஆனா, சொன்னா, நான் நன்மயக் கையிட்ட தொட்ட வெசயம் தெருஞ்சுபோகுமேன்னு பயத்தல யாருகிட்டேயும் அப்பச் சொல்லல.

எந்த ஊர்லயோ ஒரு பெய நன்மய பல்லுட்ட கடுச்சுட்டானாம். காலைல இருந்தே அவெ வாயிலருந்து ரத்தமா கொட்டுச்சாம். அன்னைக்குப் பூரா நிக்கலியாம். இப்பிடியும் சிஸ்டர் சொன்னாக. அதையுந்தான் பாப்போமேன்னு ஒருநாளு முக்காட்டுத்துணிய வாய்க்கிட்ட வச்சுக்கிட்டு பயந்து பயந்து நன்மயக் கடுச்சு மென்னு முழுங்கிட்டேன். துண்டுட்ட வாயத் தொடச்சுப் பாத்தேன். ரத்தமே இல்ல, இதுவும் சும்மாதான் சிஸ்டருக சொல்லி இருக்காகன்னு தெருஞ்சுக்கிட்டேன். ஆனா அதயும் யார்கிட்டயும் சொல்ல முடியல. இந்தமாறிப் பக்தி விசுவாசத்துல வளந்து வந்தேன்.

மூனாங்கிளாஸ் படிக்கையில உறுதிப்பூசுதல் வாங்கினேன். உறுதிப்பூசுதலின்போது ஆண்டவர்சாமி கன்னத்துல அடிப்பார்னு சொல்லி இருந்தாக. அப்பிடி அடிக்கும்போது தான் இஸ்பிரீத்துசாந்து ஏம்மேல எறங்கி வருவாராம். அவர் அடிக்குறதை எதிர்பார்த்து ஆண்டவர் சாமி எம்பக்கத்துக்கு வந்ததுல இருந்து கண்ண மூடி மூடித் தெறந்துக்கிட்டு இருக்க, நான்

எதிர்பாராத நேரத்துல டப்புன்னு அவர் கன்னத்துல அடிக்க, இஸ்பிரித்து சாந்துவானாவர் எறங்குனமாறியே தெரியல. ஆனா பக்தியா இருக்குறதுக்காக தலய குனிஞ்சுக்கிட்டு இருந்தேன். அத இன்னைக்கு நெனச்சாச் சிரிப்பு பொத்துக்கிட்டு வருது.

தாயாருமாரு பள்ளிக்கொடத்துல படிக்கும்போது பாலர் சபையில இருப்போம். நாயித்துக்கெழமைகள்ல பூசைக்கு முன்னால பாலர் சபை மெடல் குத்திக்கனும். அந்த மெடல் குத்துறதுகூட ரொம்ப சந்தோசமா இருக்கும். பூசை முடிஞ்சு பாலர் சபைக்கூட்டம் இருக்கும். பெறகு பாலர்சபை தினம்னு ஒன்னு வரும். பெறகு அப்பப்ப எதுக்கோ துட்டுக் குடுக்கனும். அதுதான் நெனவிருக்கு.

நாயித்துக்கெழமச் சாயங்காலம் மந்தரக்கிளாஸ் இருக்கும். அது முடிஞ்சு கோயில்ல ஆசீர்வாதம் இருக்கும். இந்த ஆசீர்வாதம் மணிக்கணக்கா நடக்கும். சாமியார் வந்து பெரசங்கம் வச்சு ஆயிரத்தெட்டு கேள்விகேட்டு இப்பிடியே நேரமாகும். எங்களுக்குச் சின்னப்பிள்ளைகளுக்கு ஒறக்கம் அப்பிடி கண்ணச் சொக்கிக்கிட்டு வரும். லேசா கண்ண மூடிட்டாலும் போதும், பக்கத்துல ஒக்காந்திருக்கற சிஸ்டர் படார்னு முதுகுல அடிக்கும். அதுக்குப் பயந்து கண்ணத்தொறந்து வைக்க நெனச்சாலும் கொஞ்ச நேரத்துல ஒன்னும் முடியாது. அப்பிடியே ஒன்னொண்ணா கீழ சாஞ்சுருவோம்.

இப்ப சிஸ்டரு அடிக்கமாட்டாக. ஆனா நறுக்குன்னு கிள்ளி வப்பாக. அது அதைவிட வலிக்கும். கிள்ளுதுக்கின்னே நெகத்தை வளத்து வப்பாகபோல. கிள்ளு வாங்குன கொஞ்ச நேரத்துல மறுபடியும் தல ஆடி ஆடிச்சாயும். செல சமயம் சாமியாரு பாத்துட்டு சிஸ்டரக்கூப்பிட்டு அடிக்கச்சொல்லுவாரு. ஆராருக்குத்தான் பயப்படுகிறது? தூக்கத்தை எப்பிடித்தான் அடக்கிப் பாத்தாலும் அடக்க முடியாது. ஒருநாளு இப்பிடித்தான் நான் நல்லா தூங்கிட்டு இருக்கையில சிஸ்டர் வச்ச அடியில அங்னயே ஒன்னுக்கிருந்திட்டேன். அதுக்குஞ்சேத்து கூட நாலு அடி வச்சாக. எங்கம்மா வந்து தொடச்சிட்டு நாங் கத்தி அழவே கூட்டிட்டுப் போயிட்டாக.

நானு மந்தரங்கள நல்லாச் சொல்வேங்குறதுனால சிஸ்டரு எனிய கலியாணத்தக்கு மந்தரம் படிக்க வந்த பொண்ணுகளுக்கு மந்தரஞ் சொல்லிக் குடுக்கச் சொன்னாங்க. மாப்பிள்ளைகளுக்குப் பிரதர் கோயில்ல வச்சு சொல்லிக் குடுப்பாரு. நானு அப்பிடி ஒருவாரம் ரெண்டு வாரம் மந்தரஞ் சொல்லிக்குடுத்த பெறகு சிஸ்டரு வந்து பொண்ணுககிட்ட மந்தரங் கேப்பாக. அவுகளுக்குச் சொல்லத் தெரியாட்டி எனியத் தான் வைவாக.

அப்பிடித்தான் ஒருநாளு நான் மந்தரஞ் சொல்லிக்குடுத்துக் கிட்டு இருந்தப்ப சிஸ்டரு வந்தாக. அவுக வந்த பயத்துல நான் ஒரு வரி தப்பா மாத்திச் சொல்லிட்டேன். வந்ததே சரின்னு சிஸ்டர் ஏந்நெத்தியில ஓங்கிக் கொட்டுனாங்க. எனக்கு நல்லாப் பெரிய நெத்தி. வலின்னா உசுரு போயிருச்சு. அந்த எடத்தல வீங்கிருச்சு. பெறகும் விடல. அழுதுக்கிட்டே மந்தரஞ் சொன்னேன். அன்னைக்கு எம் மனசுக்குள்ள நானு பெரிசா வளந்தப்பெறகு இந்த சிஸ்டரை கல்ல எடுத்து எறியனும்னு நெனச்சுக்கிட்டேன். அத்தோட இந்த மந்தரகிளாஸ், ஆசீர்வாதம் எதுக்கும் போகமாட்டேன்னு நெனச்சுக்கிட்டேன். அந்த நெனப்புல கொஞ்சங் கோவம் தணிஞ்சுது. ஆனா நானு பெரிசா குறதுக்கு முன்னாலயே அந்த சிஸ்டர் எங்க ஊரவிட்டு மாத்திப் போயிட்டாங்க.

இப்பிடிக் காலைல பூசை, சாயங்காலத்துல மந்தரக்கிளாஸ், செவம்னு ஒவ்வொருநாளும் போவோம். பள்ளிக்கொடத்துல கிறிஸ்தவப் பிள்ளைகளுக்கு ஞானதேசக் கிளாசும், இந்துப் பிள்ளைகளுக்கு நல்லொழுக்கக் கிளாசும் நடக்கும். ஞானதேசத்துல எப்பயும் நல்ல மார்க்கு வாங்குவேன். ப்ரைஸ்கூட வாங்கி இருக்கேன்.

கோயிலுக்கு பள்ளிக்கொடத்துக்குப் போகனும்னா பல தெருவுகளத் தாண்டி நடந்து போகனும். கோயிலு, பள்ளிக்கொடம், மடம், சாமியாரு பங்களா எல்லாமே மேச்சாதிக்காரங்க இருக்குற எடத்துல தான் இருக்குது. பள்ளிக்கொடத்துல முக்காவாசிப் பிள்ளைக எங்க தெருப்பிள்ளைகதான். இருந்தாக்கூட இம்புட்டுப்பிள்ளைகளும் நடந்து அங்கபோய் படிக்கனும். மேச்சாதி ஆளுகள்ள கொஞ்சப்பேர்தா கிறிஸ்தவங்க. அவுங்களுக்கு கோயில், பள்ளிக்கொடம், சிஸ்டருக மடம், சாமியாரு பங்களா எல்லாமே பக்கத்துலதான். நடக்கனும்னு அவசியமில்ல. நாங்கதா மழன்னாலம் வெயிலுனாலும் நடந்து போகனும். இதுல வேற எங்கதெருவுல இருக்குற லைட்டுமட்டும் அநேகமா எரியாது. யாரும் அத கண்டுக்கவும் மாட்டாக. இருட்டுக்குள்ள சகதிக்குள்ள பீங்காட்டு வழியா போய் வரனும். ஒருவேள இங்க இம்புட்டு அசிங்கமா இருக்குன்னுதான் சாமியாரு, சிஸ்டருக எல்லாரும் ஒதுங்கிக் கிட்டாகளோ என்னமோ தெரியல.

சாமியார் பள்ளிக்கொடத்துல படிக்கையில, பழய கோயில இடுச்சுட்டு புதுக்கோயில் கெட்ட ஆரம்புச்சாங்க. அப்ப பழய கோயிலுக்குப் பின்னால கெட்டடங்கெட்டுறதுக்கு வானந்தோண்டுனாங்க. நாங்க கைத்தொழில் கிளாஸ்ல அங்கபோயி பள்ளத்துல இருந்து மண்ண அள்ளி வெளிய போடுவோம். ஒருநாளு அப்பிடிப் போயிருக்கையில பள்ளத்து

செவுர்ல ஒரு எலும்புக்கூடு தெருஞ்சது. பல்லெல்லாம் வருசைக்கா இருந்துச்சு. நானும் இன்னும் ரெண்டு மூணு பிள்ளைகளும் பாத்துட்டு பயந்துபோய் நின்னோம். அப்ப இன்னொருத்தி பாத்துட்டு அது யாரோ சாமியாரோட எலும்புக்கூடாம். முன்னாடி அங்க செத்து பெதைச்சாகளாம். இப்ப அவரு புனிதரா மோச்சத்துல இருக்குறாருன்னு கத கதயாச் சொன்னா.

இதுமட்டுமில்லாம கூடவே இது சாமியார் எலும்புக் கூடுங்கறதுனால இத எடுத்து வச்சுக்கிட்டா நல்லா படிப்புவரும். நாம கேக்குறதெல்லாங் கெடைக்கும்னு வேற சொல்லிப்போட்டா. சொல்லிக்கிட்டே இருந்தவ அந்த பல்லுல ரெண்டு மூனு எடுத்தா, ஒடனே நாங்க எல்லாரும் கையுல கெடச்சதெல்லாம் அந்த எலும்புக்கூட்டுல இருந்து எடுத்துக்கிட்டோம். பெரிய எலும்புகள உட்டுட்டோம். அதை எடுக்கவும் முடியல. சின்ன எலும்புக, பல்லுக எல்லாம் பெறக்கி ஜாமின்றி பெட்டிக்குள்ள பத்திரமா வச்சுக்கிட்டோம். தெனமும் அந்த பல்லுககிட்ட வேண்டிக்கிடுவோம். வாத்தியார்கிட்ட அடி வாங்கக் கூடாது. நல்லாப் படிக்கனும். நல்லா புத்தி வரனும். இப்பிடி என்னென்னமோ கேட்டோம்.

கொஞ்ச நாளு இப்பிடிப் போனது. ஒருநாளு எங்க வீட்டுல நாங்க எல்லாரும் ஒண்ணா ஒக்காந்து ராத்திரி படுச்சுக்கிட்டு இருந்தோம். விஞ்ஞானத்துல ரெண்டு படம் வரையசொல்லி சயன்ஸ் டீச்சர் சொல்லி இருந்தாங்க. அத வரஞ்சுக்கிட்டு இருந்தப்ப எங்க அக்கா என்னோட டப்பாயில பல்லப் பாத்துட்டு இது ஏதுடி இம்புட்டு பல்லு? எங்க இருந்து எடுத்தன்னு கேட்டா. ஒடனே எங்கண்ண, தங்கச்சி, அம்மா, பாட்டி, எல்லாரும் கேள்விக்கு மேல கேள்வி கேக்க ஆரம்பிச்சிட்டாங்க. நானு வெளக்கமாச் சொன்னேன்.

எல்லாருஞ் சிருச்சாக. எங்கம்மாவும் பாட்டியும் அது சாமியாரோட எலும்புக்கூடு இல்ல. சாமியார்கள இங்க பொதைக்க மாட்டாக. முன்னாடி சாமியாருக்குக் குசினி வேல பாத்துக்கிட்டு இருந்தவரு சாகவும் கோயிலுக்குப் பின்னாடிதான் பெதச்சாக. இது அவரோட பல்லாத்தா இருக்குமுன்னு சொல்லி வெளியே தூக்கிப்போடச் சொன்னாக. எனக்கு மனசே வரல. ஏன்னா அதுமேல அப்படி ஒரு பக்தி வச்சிருந்தேன். தூக்கிப்போட்டா அது பாவமோன்னு ஒருபக்கம் பயம்மாவும் இருந்துச்சு. நான் தூக்கிப்போடல. எங்கண்ணந்தான் அம்புட்டயும் எடுத்து குப்பையில போட்டுட்டாங்க. மறுநாளு நான் பள்ளிக்கொடத்துக்கு போனப்ப மத்த பிள்ளைககிட்டயும் சொன்னேன். பெறகு அவுகளும் பயந்துக்கிட்டு தூக்கிப் போட்டுட்டாங்க. அதுகள எவ்வளவு மேர மரியாதையோட

வச்சிருந்தோமோ அதுக்கு எதிரா அதைக் கொண்டுபோய் வீசி எறுஞ்சுட்டு திரும்பிப் பாக்காம ஓடியாந்துட்டோம். இப்பிடியும் ஒரு பக்தியில நான் இருந்து வந்திருக்கேன்.

அப்ப வீட்டுல தெனமும் ராத்திரி குடும்பச் செவஞ் சொல்லுவோம். சாயங்காலம் கோயிலுக்குப் போயிட்டு வந்த ஒடனே வீட்டுல செவம். பசி வயித்தைக் கிள்ளும். ஆனா செவஞ்சொன்ன பெறகுதா சாப்பாடுன்னு எங்கம்மா கண்டிப்பா சொல்லுவாங்க. அதுலயும் ஏதாவது கறி, மீனுன்னா செவத்துமேல நாட்டமே இருக்காது. சாப்பிட்டுத்தான் சொல்வோம்னு அடம்புடுச்சு செலநாட்கள்ள சாப்பிட்டுட்டுச் சொல்லி இருக்கோம். சாப்பிட்டு செவஞ் சொன்னா எல்லாருந் தூங்கிஉளுவோம். அதுக்காகத்தான் செவத்துக்குப் பெறகு சாப்பாடுன்னு சட்டம்.

நாங்க ஏதோ கடனேன்னு சொன்னாக்கூட எங்கம்மா தல பூரா முக்காடு போட்டு ரொம்ப உருக்கமா மன்றாடுவாங்க. நானு எப்ப எங்கம்மாவ நெனச்சாலும் நாஞ் சிறுசா இருந்தப்ப அடிக்கடிப் பாத்த இந்த எங்கம்மாவோட உருவந்தான் இன்னும் எங்கண்ணு முன்னால நிக்கும். செவத்து முடிவுல பாட்டுப் புஸ்தகம் வச்சு பாட்டுப் படிப்போம். எந்தப் பாட்டு படிச்சாலும் படிக்காட்டியும் "மனமே வா தொழுவோம், பரமானந்தமாங் கடவுள்" இந்த பாட்ட மறக்காம எங்கம்மா படிப்பாங்க. அது முடிச்சஒடனே சாப்டப் போவோம்.

நானு ஆறாங்கௌாஸ் படிக்கும்போது எங்க வீட்ல கரண்டு இழுத்தாங்க. அதுவரயில சீமத்தண்ணி வெளக்குத்தான் வச்சிருந்தோம். கரண்டு இழுத்த புதுஸ்ல லைட் போட, அமத்த ரொம்ப புடிக்கும். வீட்ல அதுக்குச் சண்டகூட வரும். எங்க பாட்டிகூட சும்மா சும்மா லைட் போட்டு போட்டு அமத்திக்கிட்டு சின்னப் பிள்ளகெனக்கா சிரிப்பா. "என்ன மாயத்துல இப்பிடி கரண்டு கண்டுபிடிச்சு வச்சிருக்காம்பாரு. தட்டிஉட்ட ஒடனே லபக்ணு கரண்டு புடுச்சு லைட் எரியுதுன்னு" அடிக்கடி ஆச்சரியமா சொல்லுவாக. சீமத் தண்ணிமாறி கரண்டு காலியாகமலே எரியுறதுல பாட்டிக்கு ரொம்ப சந்தோம்.

பாட்டி வீட்ல சேசுபாலனோட தல மட்டும் ஒன்னு இருக்கும். கோயில்ல சேசுபாலன் சுரூபம் ஒடஞ்சு தூரத் தூக்கிப் போட்டாகளாம். தலயமட்டும் பத்திரமா பாட்டி எடுத்துட்டு வந்து அவுகவீட்டுல வச்சிருந்தா. அவுக வீட்டுக்குப் போம்போதெல்லாம் அந்தத் தலயத் தூக்கி மடியில வச்சுக்கிட்டு முத்தங்குடுத்துட்டு வருவேன். வெளிய கொண்டு வந்து அந்த தெரு பிள்ளைக பூரா முத்தங்குடுக்கக் காட்டுவேன். பாட்டினா

வைவா. ஓடச்சுப் போடுவனாம். பாட்டி சொகமில்லாம படுத்தப்பெறகு எந்தம்பி அத எடுத்து கண்டமானிக்கு மூஞ் சில கலர் பூசிஉட்டு பொம்மத்தல மாறி ஆக்கிட்டான். அந்த தல மேல நான் வச்சிருந்த பக்தி அவனுக்குத் தெரிய நாயமில்ல.

எங்க வீட்டுல சேசு, மாதா, சூசையப்பரு, அந்தோணியாரு, செவத்தியாரு, இன்னாசியாரு, மெக்கேல்சம்மனசு, திருக்குடும்பம், பாடுபட்ட சுரூபம் இப்பிடி பல படங்க, பல சுரூவங்க இருக்கு. மாதாவுலேய பல தரபட்ட மாதாக்க. சகாயமாதா, பூண்டிமாதா, வேளாங்கண்ணிமாதா, வியாகுலமாதா – இப்பிடி வகவகயா படங்க இருக்கும். கரண்டு இழுத்தப் பெறகு இந்த படங்களுக்குப் பக்கத்தல ப்ளக்வச்சு லைட் எரிய வச்சுருப்போம். இந்த ப்ளக் வெசயம் எனக்கு அப்ப அவ்வளவா தெரியாது. லைட்போட அமத்த மட்டுந்தான் தெரியும்.

ஒரு நாளு காலக்கோயில் முடிஞ்சு வீட்டுக்கு வரும்போது கோயில் பக்கத்துல இருந்த எங்க வாத்தியார் வீட்டுல இருந்து ரெண்டு செம்பருத்திப்பூ களவாண்டுட்டு வந்தேன். பாத்தா உடமாட்டாங்க. தெரியாம காம்பவுண்டு சொவத்துல ஏறி புடுங்குவோம். செவுத்துக்கு வெளியே பூ தொங்கிட்டு கெடக்கும். பூவக் கொண்டாந்து வீட்ல சேசு படத்துக்கு வைக்க நெனச்சேன். ஆனா பூ வைக்க எந்த எடமும் வசதியா இல்லாமப்போகவே கடைசியா எங்கண்ணுள பட்டது அந்த ப்ளக்தான்.

அதுல நல்லா மூனுஓட்ட இருக்கவே ஒரு பூவ மொதல்ல ஒரு ஓட்டயில சொருகுனேன். கைய சுரீர்னு என்னமோ இழுத்துச்சு. எனக்கொன்னும் வெளங்கல. சரின்னுட்டு ரெண்டாவது பூவ இன்னொரு ஓட்டயில சொருகுனேன். அப்பயும் கையைப்புடுச்சு இழுத்துச்சு. இரண்டாந்தடவ வைக்கயில கரண்டுதான் புடுச்சு இழுக்குதுன்னு கண்டுபுடுச்சுட்டேன். போச்சுடா நம்ம பூவக் களவாண்டுட்டு வந்து வச்சதுனாலதான் கடவுள் கரண்ட உட்டு இழுக்க உடுறார்னு எனக்கு பயமெடுத்துக்குச்சு. ஒடனே அங்கனயே ஒரு சின்ன செவஞ் சொன்னேன். இனி இப்பிடி பூவக் களவாண்டுட்டு வந்து வைக்கமாட்டேன்னு பயந்து பயந்து சொல்லிட்டு எறங்கிப்போயிட்டேன். அப்ப எங்கிட்ட இருந்த பக்தி அது!

எங்க ஊரு பக்கத்துல ஒரு மல இருக்குது. முந்திக்காலத்துல அங்க மாதா காட்சி குடுத்தாகளாம். முன்னாடி எப்பமோ எங்க பங்குச் சாமியாரு மாட்டு வண்டிக் கெட்டிக்கிட்டு இன்னொரு ஊருக்குப் பூச வைக்கப் போனாராம். அந்தக் காலத்துல இப்ப மாறி பஸ் கெடயாதாம். அப்பிடி வண்டியில போம்போது ராத்திரி ஆயிருச்சாம். அது ஒரு காட்டுவழியாம். சரி இன்னுங்

கொஞ்ச தொலவுதான போயிரலாம்னு வண்டிக்காரங்கிட்ட போச் சொன்னாராம்.

ஒரு குறிப்பிட்ட எடத்துல மாடு மேல போமாட்டேனுச்சாம். ரொம்ப பெரயாசைப்பட்டு வண்டிக்காரன் மாட்டைப் பத்திப் பத்திப் பாக்கானாம். மாடு அசைவனாங்குதாம். என்ன செஞ்சும் மாடு ஒரு அடிகூட முன்னால எடுத்து வைக்க மாட்டேன்றுச்சாம். சரி இது என்ன இந்தப்பெய மாடுக இப்பிடி நேரங்கெட்ட நேரத்துல சண்டித்தனம் பண்ணுதுகன்னு சொல்லிட்டு அங்கனகுள்ளயே வண்டிய நிப்பாட்டிட்டு வண்டிக்குள்ளயே சாமியாரு படுத்துக்கிட்டாராம்.

அது ஆள் அரவமில்லாத காடாம். சுத்தி மலைகதானாம். நெறய்ய மரங்களா இருந்துச்சாம். கீன்னு வண்டுச் சத்தமா கேட்டுக்கிட்டு இருந்துச்சாம். சாமியாருக்கும் வண்டிக்காரனுக்கும் உள்ளுக்குள்ள பயந்தானாம். சாமியாரு செமால சொல்லிக்கிட்டே அப்பிடியே ஒறங்கிட்டாராம்.

நடுச்சாமம் இருக்குமாம். சாமியாரு கெனாக் கண்டுக்கிட்டு கெடந்துருக்காரு. அவரு சொப்பனத்துல தேவமாதா வந்து இந்த எடத்துல எனக்கு ஒரு கோயில் கட்டனும்னு சொன்னாகளாம். அவரு கண்ணு முழிச்சு எந்த எடத்துல தாயேன்னு கேட்டாராம். வண்டி நின்ன எடத்துக்கு கொஞ்சந் தள்ளி தேவமாதா அழகு சௌந்தர்யமா நின்னுக்கிட்டு இருந்தாகளாம். அவுகளச் சுத்தி அப்பிடி ஒரு ஒளி அடுச்சுச்சாம். அந்தமானிக்க சட்டுன்னு மறஞ்சுட்டாகளாம்.

சாமியாருக்கு அதுக்குப்பெறகு தூக்கமே இல்லயாம். விடியுந்தட்டிக்கு ஒக்காந்து செமால சொன்னாராம். விடுஞ்சப்பெறகு வண்டிக்காரன உசுப்பி போக வேண்டிய ஊருக்குப் போயிருக்காரு. விடிஞ்சப்பெறகு வண்டிக்காரன் மாட்டப்பத்துனா அது சாதாரணமாப் போச்சாம். அவனுக்கு ஆச்சர்யமா இருந்துச்சாம். சாமியாரு அவங்கிட்ட ராத்திரி நடந்ததப் பூராஞ் சொன்னாராம். ஒடனே அந்த எடத்துல ஒரு கோயிலக் கட்டிட்டாராம். அந்தக் கோயில் கெட்டட வேலைக்கு எங்கப்பாகூட போனதாகச் சொன்னாங்க. இப்பிடித்தான் அங்ன மாதா காட்சி தந்ததாகவும் கோயில் கட்டுனதாகவும் பெரியவக சொல்லிக் கேட்டுருக்கேன். இந்த எடத்துக்குச் சின்னமலன்னு பேரு.

இந்த சின்ன மலயுல ஒவ்வொரு மாசமும் மொத வெள்ளிக் கெழமைகள்ள பூச நடக்கும். நாங்க படிக்கிற பிள்ளைகள்ளாம் ஒண்ணாச் சேந்து கெட்டுச்சோறு கெட்டிக்கிட்டு எங்க ஊர்ல இருந்து வேளக்கெழம சாயங்காலமே நடந்து போயிருவோம்.

ஊருக்கும் மலைக்கும் எடயில அஞ்சாறு மைல் தொலவு இருக்கும். போறதுக்கு முன்னாடியே வீட்டுல இருந்து கொஞ்சம் துட்டு வாங்கிக்குவோம். போறவழியில முறுக்கு, குச்சி ஐஸ், பஞ்சு முட்டாய், சவ்வு முட்டாய், கொய்யாப்பழம், வெள்ளரிக்கான்னு வாங்கித் தின்னுக்கிட்டு பேசிக்கிட்டே நடந்து போவோம்.

சாயங்காலம் கோயில்ல செமால இருக்கும். அதுமுடிஞ்சு ஒக்காந்து கொஞ்சம் சோறு சாப்பிடுவோம். மறுநாள் காலைக்குக் கொஞ்சம் வச்சுக்குவோம். பெறகு கோயிலுக்குள்ளயே துண்ட விரிச்சு படுத்து ஒறங்குவோம். புளியங்காயி சீசன்னா புளியங்காய் புடுங்கி மெழுகுத்திரியக் கொழுத்திவச்சு சுட்டுத் திம்போம். இல்லன்னா கல்லுல எச்சியத்துப்பி ஒரசி அதை வழுச்சி நக்குவோம். நாக்குப்புண்ணாப்போகும். ஆனாக்கூட உடமாட்டோம். அங்ன இருக்குற ஆலமரத்துகள்ள ஏறி உழுதுகளப் புடிச்சு ஊஞ்சலாடி வெளையாட நல்லா இருக்கும். நல்ல எடம் அது. மலைகள்ள ஏறி எறங்கியும் வெளாடலாம். சுத்திலும் மலதான். பாக்க அழகா இருக்கும். நல்ல காத்தோட்டமா குளுகுளுன்னு அப்பிடி இருக்கும்.

மறுநா காலைல எந்துருச்சு செங்கம்பட்டிய தட்டிப் பல்ல வெளக்கி மொகத்தக் கழுவிட்டு பூசைக்குப் போவோம். பூச நடந்துட்டு இருக்கும்போதே காலவண்டிக்குக் கொஞ்சப் பேரு வந்து எறங்குவாங்க. பூசையில இருந்துக்கிட்டே யார் யார் வர்ராங்கன்னு பாத்துப்போடுவோம். பூச முடிஞ்சதும் மலக்கொகைப் பக்கத்தல இருக்குற பாடு பட்ட சுரூவத்துக்கு 'சேசுவின் மருத திரு இருதயமேன்னு' ஒருபாட்டடப் படிச்சுக்குட்டே போய் அங்ன ஒரு செவஞ் சொல்லுவோம். காணிக்கப்பெட்டில காணிக்க போட்டுட்டு ஒக்காந்து மீதிக் கெட்டுச்சோறத் திம்போம். தின்னுமுடிச்சுட்டு அங்னகுள்ள இருக்குற வேப்பமரம், புளியமரத்துக்கள்ள இருக்குற எலைகளப் புடுங்கி தூக்குச் சட்டிகளுக்குள்ள வச்சு வீட்டுக்குக் கொண்டாருவோம். பெரிய பொம்பளைக அப்பிடிச் செய்வாளுக. அதப் பாத்துக்கிட்டு நாங்க சின்னப்பிள்ளக்காடுகளும் செய்வோம். அது பரிசுத்தமான எலைகளாம். மருந்துக்கு நல்லதாம். அத வச்சிருந்தா பூச்சிபொட்டு கடிக்காதாம். வீட்டு நெலப்படிகள்ள சொருகி வச்சா பேய் பெசாசு, காத்து கருப்பு அண்டாதாம்.

பூச முடிஞ்சு திரும்பி வீட்டுக்கு நடந்தே வருவோம். வெயிலு சுள்ளுன்னு அடிக்கும். செறுப்பு கிறுப்பு ஒன்னும் இருக்காது. பொடிபொசுக்கும். கொஞ்ச நேரம் ஓடுறது; கொஞ்சநேரம் நடக்குறது; கெஞ்ச நேரம் மரத்து நெழலுகள்ள ஒக்கார்ரது – இப்பிடியே வீடு வந்து சேருவோம். அன்னைக்குப் பள்ளிக் கொடத்துக்கும் லீவு உட்டுருவாக.

மாசாமாசம் சின்ன மலைக்குப் போறது மட்டுமில்லாம ஒவ்வொரு வருசமும் மே மாசத்துல சின்னமலத் திருநாளு கொண்டாடுவோம். பல ஊருச் சனங்க இந்தத் திருநாளைக்குச் சின்னமலை வருவாக. ஒம்பது நாளைக்கு முன்னாலயே சின்ன மலையில கொடியேத்தி, ஒம்பதா நாள் ராத்திரியும், பத்தா நாளு பகல்லயும் திருநா கொண்டாடுவாக.

ஒம்பதா நாளு காலைல இருந்து சனங்க சார சாரையாக மாட்டு வண்டி கெட்டிக்கிட்டு இல்லன்னா நடந்தோ, பஸ்கள்ளயோ வந்துக்கிட்டே இருப்பாக. கூடவே மலைல்ல அடிககுறதக்குக் கோழியோ, ஆடோ, பன்னியோ கெட்டி, சமயலுக்கு வேண்டிய வெறகு, சட்டிபான, மசால எல்லா எடுத்துட்டு வருவாக.

சின்னமலய அப்பப் பாத்தா ஜேஜேன்னு இருக்கும். கோயிலச் சுத்திப் பந்தல் போட்டு, வாழமரம் ஊனி, சுத்தி ட்யூப் லைட்டுக் கெட்டிருப்பாக. இந்தக் கடக்காரனுகளுக்கு எங்குட்டு கூடித்தான் தெரியுமோ. கரெக்டா ரெண்டு நாளைக்கு முன்னாலயே வந்து தரய செம்மபண்ணி கட போட்டுருவானுக.

பூக்கடைக, வளயல்கடைக, மாம்பழக்கடைக, சுரூவக்கடைக, இட்லி தோச காப்பி பலகாரக் கடைக—இப்பிடி வருச வருசயா கடைக போடுவாக. கொடராட்டினம், பெட்டிராட்னங்கூட வரும். பதினி, நொங்கு, எளனி, வட, ஐஸ், அல்வா, கேசரி, பாயாசம், பயிறு—இப்பிடிச் சில்லண்டி யாவாரமும் நடக்கும்.

கூட்டத்தப் பாத்தா நெருசல் தாங்க முடியாது. மாட்டு வண்டிமாடுகள்ளாம் ஒரு திக்கம் கெட்டிக் கெடக்கும். கோழிகளும் ஆடுகளும் வெட்டுப்படப்போறது தெரியாம தின்னுபோட்டு கத்திக்கிட்டு கெடக்கும். எப்பப் பார்த்தாலும் ஒருத்தர ஒருத்தர் கத்திக் கத்திக் கூப்பிட்டுக்கிட்டு கூ கொல்லோன்னு அலைஞ் சுக்கிட்டு கெடப்பாக. முந்தி மாறி இப்ப கூட்டம் வர்ரதில்லயாம். முன்னால எள்ளுப்போட எடமிருக்காதாம். அம்புட்டுக் கூட்டம் வருமாம்.

சாயங்காலத்ல கோயில்ல செபமால, செபம் நடக்கும். கோயிலுக்குள்ள எடங்கெடச்சவுக கொஞ்சப்பேரு செவஞ் செய்வாக. மீதிப்பேரு ஒறங்குவாக. எளவட்டப் பெயலுக புதுத்துணிமணிகளப் போட்டுக்கிட்டு, வடிய வடிய எண்ணெ தேச்சு வளுச்சுக்கிட்டு கடக்காட்டுவழியா அலைவானுக. பொம்பளப் பிளைகளும் புதுச் சேல சட்ட கெட்டிக்கிட்டு, கூடப்பூவ கொண்டயில வச்சுக்கிட்டு சிரிப்பும் பேச்சுமா திரிவாளுக.

கெழடு கெட்டைக, ஒக்காந்து வெத்தல இருச்சுப்போட்டுக்கிட்டு சாமானுக்குக் காவலாவும், எடத்தை வேற யாரும் வந்து புடுச்சுறக்

கூடாதுன்னும் ஒக்காந்த எடத்துலயே ஒக்காந்துகிட்டு வழம பேசிக்கிட்டு இருப்பாக. அங்கங்க பந்தக்கால்கள்ள, மரத்துக்கள்ள கெட்டியிருக்கற தொட்டிகள்ள கெடந்து பச்சப்புள்ளைக அப்பப்ப வீறுவீறுன்னு கத்துங்க. இருக்குற கூச்சல்ல இதுக சத்தம் செல நேரம் கேக்காது. தொட்டிச் சீல துள்ளூறத வச்சுக்கிட்டு கேட்டாத் தான் உண்டு. கெழவிக அத ஆட்டி ஒறங்கவைப்பாக.

விடிய விடிய சப்பரச் சுற்றுப்பிரகாரம் இருக்கும். மேளக் காரனுக தூங்காம கொள்ளாம மேளம் அடிச்சுட்டு முன்னால போக, பெட்ரோமாஸ் லைட் தூக்கிக்கிட்டு கொஞ்சப் பேரு போக, கொஞ்சப் பேரு மாதா சப்பரத்தைத் தூக்கிக்கிட்டு சுத்திவருவாக. எடயில வேட்டுக்கூடப் போடுவாக. வானவேடிக்கைகளும் இருக்கும். சப்பரத்துக்குக் கூடபோறது கொஞ்சப் பேருதான். நாலஞ்சு சாமியாருக பாவசங்கீர்த்தனத் தொட்டிகள்ள ஒக்காந்து கெடப்பாங்க. அந்தச் சத்தத்துக்குள்ள என்னத்த பாவசங்கீர்த்தனம் செய்றது? நாம சொல்றது அவருக்குக் கேக்காது. அவரு சொல்றது நம்மளுக்குக் கேக்காது. ஏதோ கடனுக்கு பாவசங்கீர்த்தனம் செய்யனுமேன்னு நானும் ஆளோட ஆளா வருசயில நின்னு பாவசங்கீர்த்தனம் செய்வேன். இல்லன்னா திருநாளுக்குக்கூட பாவசங்கீர்த்தனஞ் செய்யலன்னு எங்கம்மாவும் பாட்டியும் வைவாக. அதுனால அவுகளோட நானும் போயிருவேன்.

ராத்திரிக்குக் கெட்டுச்சோறு கொண்டாந்து வடகிட வாங்கிச் சாப்டுட்டு ஒறங்குவாக. காலைல கோயில்ல பூசை இருக்கும். ஒறங்கிட்டு கெடந்தவுகளுங்கூட ஒறக்கச்சடவோட போயி நன்ம வாங்கிட்டு வருவாக. அந்தப்பூசையில நன்ம வாங்காட்டி பெறகு ஏழுமணிக்கு கொகப் பூசையிலதான் வாங்க முடியும். கொகப்பூசைக்குப் போனா அப்புறம் காலைல வெள்ளனத்துல சமைக்க முடியாது. அதுனால எப்பிடியும் முட்டிமோதி அந்தப் பூசையில நன்ம எடுத்துருவாக.

ஏழுமணிக்குக் கொகையில பூச இருக்கும். அதுக்கு கொகப்பூசன்னு பேரு. பூச அதுபாட்டுக்கு மேல நடக்கும். மல அடிவாரத்துல இருந்து உச்சி வரைக்கும் சனங்க கலர் கலரா ஏறுவருசயில ஒக்காந்திருக்குறதப் பாக்க ரொம்ப அழகா இருக்கும். கொகையில ரெண்டு மூனு சாமிங்கக் கூட்டுப் பூச வப்பாங்க. அந்தப் பூசையில நன்ம எடுக்குறது கெட்டிக்காரத்தனந்தான். சருக்கிச்சருக்கி உடும். எப்பிடியும் போய் நன்ம வாங்கிடுவோம்.

கொகப்பூசை தொடங்கும்போது அங்கங்க கல்லுட்ட அடுப்புக்கூட்டி சமைக்க ஆரம்பிச்சிடுவாங்க. பொகக்காடு மண்டும். வெட்டும்போது கோழி, சேவல், ஆடுக கத்துறது ரொம்ப பரிதாபமா இருக்கும். முக்கியமா இந்தச் சேவலுதான்

ஏழு ஊருக்குக் கேக்கும்படி கூப்பாடு போடும். கெடா வெட்டுறவுக, பன்னி அறுக்குறவுக மத்தவுகளுக்கும் விப்பாகளாம். வெறகுகொண்டு வராதவுக அங்குட்டு இங்குட்டு போயி முள்ளுக்கிள்ளுப் பெறக்கிட்டு வருவாக. ஆம்பளைங்க மரத்து மேல ஏறி காஞ்சு கெடக்குற கெளைகள வெட்டித் தள்ளுவாங்க. சோறாக்கி, கொழம்பு வச்சு எறக்குறதுக்குள்ள எல்லாத்துக்கும் பசி எடுத்துக்கும். வைக்கலப் பரப்பி அதுக்குமேல துணிய நனச்சு அதுல சோத்தக் கொட்டி ஆற வப்பாங்க. சின்னப் பிள்ளைக பசி பொறுக்கமாட்டாம அதுலய அள்ளித் திங்குங்க.

பத்து பதினொரு மணி வாக்குல எல்லோரும் பந்தி அமந்து மூக்கு முட்டச் சாப்டுவாக. சாப்ட்டு முடிக்குதுக்குள்ள ஏகப்பட்ட பிச்சைக்காரக்கூட்டம், நரிக்கொறவங்க வந்து வாயுல சோத்த வைக்க உடாதுங்க. ஒருவழியா எல்லா முடிச்சப்பெறகு, மீதியிருக்கிற சோறு, கொழம்பு, கறி எல்லாத்தையும் பிச்சைக்கேட்டு வர்ரவுகளுக்கு அன்னதானமா பகுந்து குடுத்துட்டு வெயில்தாள மறுபடி வண்டியக் கெட்டிக்கிட்டு ஊரு வந்து சேர எப்படியும் சாயங்காலம் ஆகும்.

இப்பிடி வருசா வருசம் நடக்குது. இந்த தேவமாதா பக்தி முக்கியமா புதுத்துணி எடுத்து கெட்டுறதுலயும், கெடாவோ, கோழியோ அடுச்சு சோறாக்கித் திங்குறதுலயுந்தான் இருக்குது. இன்னைக்கு வரைல இது இப்பிடித்தான் நடந்துக்கிட்டு இருக்குது. இப்ப கோயிலுக்குச் சுத்தியுள்ள மலங்காட்டுச் செம கள்ளு, சாராயம் விக்க ஆரம்பிச்சிட்டாங்களாம். குடுச்சுப்போட்டு வந்து அதுவேற கூத்தும் சண்டக்காடும் நாறிப்போகும் நாறி.

மடத்துல சேர்ரவரைக்கும் நானும் இந்த திருநாள்ல கூட்டத்தோட கூட்டமா இருந்து சாமி கும்பிட்டுருக்கேன். சின்னப்பிள்ளையா இருக்கும்போது புதுத்துணி கெடைக்குது, வண்டில போலாம், வாங்கிப் பெறக்கித் திங்கலாம், நல்லாச் சோறுகறி திங்கலாம், புதுச் சுருவம், வளையல், வெளயாட்டுச் சாமானுக வாங்கலாம் – இப்பிடித்தான் இந்த பக்தி முயற்சி இருந்திருக்கு. கொஞ்சம் வளந்தப்பெறகு, புதுத்துணிமணி களோட, பிரண்டுகளப் பாக்கலாம், அங்கிட்டு இங்கிட்டுச் சுத்தலாம் – இப்பிடித்தான் இருந்திருக்கு. கொஞ்சம் புத்தி வெவரந்தெரிஞ்சப் பெறகு இதென்னடா திருநாளுன்னு இந்தக் கூட்டத்துக்குள்ளப்போயி கெடக்குறதுக்கு வீட்டுல இருந்தே கும்புட்டுக்கலாம்னு இருந்தது. மடத்துல சேந்தப்பெறகு இந்த திருநாளுக்குப்போக வாய்ப்பு கெடைக்கல. அத நெனச்சு வருத்தப்பட்டதுமில்ல.

ஊர்ல ஈஸ்டர் திருநாளு ரொம்பச் செறப்பா கொண்டாடு வாங்க. வீட்டுக்கு வீடு வரி பிரிச்சு நல்ல மேளதாளத்தோட

கொண்டாடுவோம். எங்க தலித் கிறிஸ்தவக வீட்டுகள்ள மட்டுந்தா வரி பிரிப்பாக. நாடாக்கமாரு வரியுங் குடுக்கமாட்டாக, திருநாள் கொண்டாட்டத்துல கலந்துக்கிடவும் மாட்டாக. ஈஸ்டருக்கு முன்னால கோயில்ல பொழுதுக்கும் ஆராதன இருக்கும். அதான் பெரிய வெள்ளிக்கெழம அன்னைக்கு. ஊர்ல தாயாரு பள்ளிக்கொடம், சாமியாரு பள்ளிக்கொடத்துல படிக்கும் போது கண்டிப்பா அந்த ஆராதனைக்குப் போகனும். ஒரு வாத்தியார் ஒரு புஸ்தகத்தை வச்சு ராகம்போட்டு இழுத்து இழுத்து செவம் படிப்பாரு. ஒரே ராகமா இருக்கும். அந்த ராகத்துக்கு தூக்கம் நல்லா வரும். ஆனா வழக்கம்போல சிஸ்டர்மாரு தொந்தரவுனால தூங்கமுடியாது. செல சமயத்துல சிஸ்டர்களே தூங்குவாக. ஆனா அவுகளப்போயி நாம அடிக்க முடியுமா? கிள்ள முடியுமா?

ஈஸ்டர் நடுச்சாமப் பூசைக்கு நல்ல சீல கட்டி, பூ வாங்கி வச்சுக்கிட்டு போவோம். அப்ப எல்லாம் கோயிலுக்கு முன்னால வெளியதான் பூசை இருக்கும். எல்லாரும் படுத்து தூங்குவாக. வெளியே வேப்பமரத்துக் காத்து நல்லா ஜில்லுன்னு அடிக்கும். சேசு உயிர்க்கும்போது சிஸ்டர்க எல்லாத்தையும் அவுக போட்டு ஒக்கார்ர பாய வச்சு அடுச்சு எழுப்புவாக. கோயில்ல பெரியமணி, பூசச் சின்னமணி எல்லாமணியும் அடிப்பாக. அன்னியார வரைல ஒரு வெள்ளத்துணியபோட்டு மறச்சு வச்சிருந்த உயிர்த்தசேசு சுரூவத்த ஒரு வாத்தியாரு ஓடிப்போயி தெறந்து உடவும் சேசு உயிர்த்து நிப்பாரு. எல்லா உளுந்து கும்புடுவோம். அந்த மணிச் சத்தங்களக் கேக்கும் போதும் உயிர்த்த சேசு சுரூவத்தைக் காட்டும்போதும் எனக்கு ஒடம்பே புல்லரிச்சுப் போகும். அப்ப என்னமோ வானத்துலருந்து கடவுள் வர்ரமாறி இருக்கும்.

பூசையில அப்பப்ப மெழுகுவத்திய பொருத்த, அமத்த சொல்வாக. எரிய வச்சுக்கிட்டே இருக்கத்தான் புடிக்கும். ஆனா சிஸ்டர்க உடமாட்டாக. எடயிலயே அமத்தச் சொல்லுவாக. ஊதிப்போடனும். மணலக் குமிச்சு அதுல மெழுகுவத்திய வச்சு வெளாட நல்லா இருக்கும். பூச அதுபாட்டுக்கு நடக்கும். சாமியாரு பெரிய மெழுகுவத்திய வச்சுக்கிடுவாரு. பூச முடிஞ்சதோ முடியலயோ எல்லாரும் கரண்டிகளயும், சட்டிகளயும், தூக்கிட்டு ஓடுவோம். அப்ப ஒரு சண்ட வந்தே தீரும், கெடச்சவரைக்கும் தீத்தத் தண்ணியும், புது நெருப்பும் அள்ளிக்கிட்டு வீட்டுக்கு வருவோம்.

வீட்டுக்கு வந்தஒடனே பக்தியா அந்தத் தீத்தத்தண்ணில கொஞ்சங் குடிக்கனும் பெறகு வீடு பூரா அத அப்பிடியும் இப்பிடியுமா தொழுச்சி உடனும். கொண்டுவந்த நெருப்ப

அடுப்புக்குள்ள போட்டு வச்சிருவோம். காலங்காத்தால எந்துருச்சு இட்லி சுடுறதுக்கு அந்த நெருப்புல இருந்துதான் தீப்பத்த வைக்கனும். அன்னைக்குப் பூரா நல்லா சோறு தண்ணி ஆக்கித் திம்போம்.

அன்னைக்குச் சாயங்காலத்துல தெருவுல இருந்து கொட்டு அடுச்சுக்கிட்டே கோயிலுக்குப் போவோம். ஆசிர்வாதம் இருக்கும். முடிஞ்ச ஒடனே பெரிய பொம்பளைகளா வட்டம் போட்டு "தெருவில் வாராரோ, சேசு தேரில் வாராரோ"ன்னு பாட்டுப் படுச்சுக்கிட்டு கும்மி அடிப்பாக. நாங்க எல்லாருஞ் சுத்தி நின்னு வேடிக்க பாப்போம். ஆம்பளைக சடுகுடு வெளாடுவாக. பெறகு மசங்குனப்பெறகு உயிர்த்த சேசச் சப்பரத்துல வச்சு சோடிச்சு சாமியார் மந்துருச்ச பெறகு ஊருக்குள்ள தூக்கிட்டுப் போவோம்.

நாடாக்கமாருக என்னமோ இதுல எதுலயும் கலந்துக்க மாட்டாக. திருநாளைக்கு வரியுங் குடுக்கமாட்டாக. சப்பரஞ் சோடிக்கவோ, தூக்கவோ கூட வரமாட்டாக. அவுக தெரு வழியா சப்பரம் வரும்போது இந்துக்காரக மாறி எட்டிப்பாத்துட்டு வீட்டுக்குள்ள போயிருவாக. தலித் சாதிக கொண்டாட்டத்துல அவுக சேந்துக்கமாட்டாக. சப்பரம் பல சாதிக்காருக தெருவுக வழியாப் போகும். வழிநெடுக கிறிஸ்தவ பாட்டு படுச்சிட்டு, செவம்பண்ணிக்கிட்டுப் போவோம். நாங்க செக்கடி வரையில போயிட்டு அப்பிடியே வீட்டுக்குப் படுக்கப் போயிருவோம். அம்புட்டுதா ஈஸ்டரு முடிஞ்சிடும். வேற எடங்களுக்குப் படிக்கப்போனப் பெறகுதான் இந்த ஈஸ்டர் எம்புட்டு பெரிய திருநாள்னு வெளங்குச்சு. அதோட அர்த்தமே அப்பத்தான் புரிஞ்சது.

கிறிஸ்மஸ் நடுச்சாமப் பூசையோட முடிஞ்சுபோகும். நடுச்சாமத்துல கிறிஸ்மஸ், ஈஸ்டர் பூசைக்கு எந்துருச்சுப் போகக் கஸ்டமா இருக்கும். எதுக்கு இந்த சேசு நடுகுடுச்சாமத்துலதான் பெறக்காரு, உயிர்க்காரு? தூக்கத்துல இருந்து எந்திருக்கனுமேன்னு இப்பிடி செலவருசம் நெனச்சிருக்கேன். ஈஸ்டர விட கிறிஸ்மஸ் புடிக்கும். ஏன்னா கிறிஸ்மஸ்குப் புதுத் துணி எடுப்பாக. ஈஸ்டருக்கு எடுக்கமாட்டாக. வழக்கமான மாட்டுக் கறியோட கிறிஸ்மஸ் முடிஞ்சுரும்.

வருசப்பெறப்பும் அப்பிடித்தான். இப்பெல்லாம் இந்த திருநாளுகளோட கொண்டாட்டங்களே மாறிப்போய்க்கிட்டு வருது. காலம் மாறிக்கிட்டுப் போறதுக்குத்தக்கன அதுவும் மாறுது. ஆனா என்னத்துக்காக இதுகள கொண்டாடுறோம்னு யாரும் யோசிக்கிறது இல்ல. சாமியாருங்க சிஸ்டருங்களும் எது தேவையோ அதச் சொல்லாம பொருத்தமில்லாம,

அர்த்தமில்லாம, கண்டத களியத பேசிட்டு போறாக. இது மாறி இதுல எல்லாம் எனக்கு ஒரு அர்த்தமும் இல்ல இப்ப. கடனேன்னு போறதும் வாரதும்தான் இப்ப பக்தியா போச்சு.

எங்க ஊர்ல படிப்ப முடிச்சுட்டு ஒம்பதாங்கிளாஸ்க்கு ஒரு ஆஸ்டல்ல சேந்து படிக்கும்போது கடவுள்மேல் இருந்த பயம் கொஞ்சம் கொஞ்சமா போயி மனசுக்குள்ளேயே ஒரு பாசம் உண்டாச்சு. எப்பயும் செவஞ் செய்யனும்; போய் அடிக்கடி சேச பாத்துப் பேசனும்; அவரு மனசு கஷ்டப்படும்படி நடக்கக்கூடாது; பாவஞ் செய்யக்கூடாது; நல்ல பிள்ளையா நடக்கனும்னு பல மாறிப் பெரயாசப்பட்டேன். வருசா வருசம் மூணுநாள் தியானம் இருக்கும். அது எனக்கு ரொம்பப் புடிக்கும் தெனமும் பூசைக்குப்போறது, நன்ம வாங்குறது, வாரா வாரம் பாவசங்கீர்த்தனம் செய்றது எல்லாம் மனசுக்குப் பிரியப்பட்டுச் செய்ய ஆரம்பிச்சது அப்பத்தான். அங்க இருந்த சிஸ்டர்களையும் ரொம்பப் புடிச்சது. அவுகளப்போல நானும் சிஸ்டராகி, கடவுளுக்கு என்னையே கொடுக்கனும்னு வேற மனசுக்குள்ள ஆச. பெரிய பத்து முடுச்சப் பெறகு ஒரு சிஸ்டர்கிட்ட இந்த ஆசெயச் சொன்னேன். அவுக நானு காலேஜ் படிப்பு முடிச்சப்பெறகுதான் சேரனும்னு சொல்லிட்டாக.

கஷ்டப்பட்டு காலேஜ்ல சேந்தேன். ஆனா அங்க படிக்கும்போது கடவுள்மேல நான் வச்சிருந்த பாசம், பக்தி எல்லாம் கொறஞ்சுபோச்சு. ஏதாச்சுங் கஷ்டநஸ்டம் வந்தா கடவுளே காப்பாத்துன்னு சொல்றதோட போச்சு. இதுகூட பழக்கதோசத்துல வந்து போச்சு. “தெனமும் ஏன் பூசைக்குப் போகனும்? நன்ம வாங்கனும்?” இப்பிடி கண்ட மானிக்கு மனசுக்குள்ள கேள்வி வரும். சாமிமார்களும், சிஸ்டர்களும் எனிய ரொம்ப ஏமாத்திட்டாங்கன்னு மனசுக்குப் படும். அதுவரைக்கும் இவுக வழியாத்தான் கடவுள் நம்மகிட்ட வர்ராருன்னு நெனச்சதெல்லாம் மாறி, இவுககிட்ட கடவுளே இல்லங்குற மாறி மனசுக்குப் படும். அதுனால அவுக செய்ற ஒன்னுமே புடிக்காது. எதுத்து கேள்வி கேட்டேன். சண்ட போட்டேன். சே, ஏமாத்துக்காரங்க, வேசக்காரங்கன்னு மனசுக்குள்ள ஒரு வெறுப்பு உண்டாச்சு.

இவுக இல்லாமலே நாமளா கடவுளுக்கிட்ட பேசமுடியும் போக முடியும்னு மனசுக்குப் பட்டிச்சு. இவுக சொல்லிக்கொடுத்த மாறி நாம வழவழன்னு சொல்ற மந்தரங்கள்ள, அந்த பக்தி முயற்சி, இந்த பக்தி முயற்சி, நவநாள், செபமால இப்பிடி இதுகள்ளதான் கடவுள் இருக்குராருன்னு நம்ப முடியல. இயற்கையில சாதாரணமா தெனம் நடக்குற சம்பவங்கள்ள கடவுள மனசுக்குள்ள பாக்க முடியும்னு ஒணந்துக்கிட்டேன். அதுனால அம்புட்டுநாளு

நம்பிக்கிட்டு செய்துக்கிட்டு வந்ததெல்லாம் அர்த்தமில்லாததா, போலித்தனமா பட்டுச்சு. சிஸ்டரா போகனும்னு இருந்த ஆசையெல்லாம் அடியோட போச்சு.

படிப்பெ முடிச்சுட்டு வேலை செய்ய ஆரம்பிச்சேன். வேல செய்யப்போனதும் ஒரு கன்னியாஸ்திரிகளோட பள்ளிக்கொடத்துலதான். எடுத்த எடுப்புல அவுகளப் பாத்துட்டு இவுக கொஞ்சம் வித்தியாசமா இருப்பாக போலன்னு நெனச்சேன். பின்னாலப்போகப் போகத்தான் தெருஞ்சது அவுக நெசம்மாவே சேசு சொன்னமாறி வெள்ளை அடிக்கப்பட்ட கல்லறைகன்னு. இது தெரியாதவரைக்கும் மனசுக்குள்ள இவுக சபையில சேந்து சிஸ்டராகனும்னு ஒரு சபலங்கூட உண்டாயிருந்துச்சு. நல்ல காலத்துக்கு அப்பிடி எதுவுஞ் செய்யாம இருந்தேன்.

அஞ்சு வருசம் அங்க வேல பாத்தேன். அந்தப் பள்ளிக் கொடத்துல படிச்ச பிள்ளைக பூராம் ஏழைப் பிள்ளைக. முக்காவாசிப் பேரு தலித் பிள்ளைகதா. அதுகளுக்குப் பாடஞ் சொல்லிக் குடுக்குறதுக்கு புடுச்சிருந்துச்சு. சந்தோசமா இருந்தேன். ஆனா மடத்துல அந்த கன்னியாஸ்திரிக பண்ணுன அக்ரமங்களப் பாக்கையில பத்திக்கிட்டு வரும். அந்தப் பிள்ளைகளுக்கு எம்புட்டோ செய்யலாம். ஆனா ஒன்னுஞ் செய்யாம தின்னு கொளுத்துப்போய் அவுகளுக்குள்ளேயே சண்டைக்காடு போட்டுக்கிட்டு கெடந்தாக.

ஏழைப் பிள்ளைகப் பேரச் சொல்லி போர்டிங்குன்னு ஒன்ன வச்சுக்கிட்டு அந்தப் பிள்ளைகளத்தான் சகல வேலை களையும் செய்யச் சொல்லிக்கிட்டு இருந்தாங்க. என்னமோ இந்த கன்னியாஸ்திரிக தான் ராணிக மாறியும் மிச்சப்பேரு எல்லாரும் எடுபிடி ஆளுங்க மாறியும் வச்சிருந்தாக. கொஞ்சம் மனுசத்தன்மையா நடக்குற சிஸ்டர்க ரொம்ப கஸ்டப்பட்டுக்கிட்டு கெடந்துச்சுக. அவுகளுக்குள்ளேயே சாதிச் சண்டை, ஏழை பணக்காரன்னு சண்டை, பேசுற பாசை வச்சுக்கூட சண்ட தான்.

தலித் பிள்ளைகளுக்கு படிப்போட வேற பல காரியங்களையும் சொல்லி ஊர் ஒலகத்துல அவுக நெலமைய வெளங்கவைக்கலாம். ஆனா அதுக்கு மாறா தலித் பிள்ளைகன்னா இப்பிடித்தான் இருக்கனும். அவுகளுக்கு வேற பொகலிடம் கெடையாதுங்குற மாறித்தான் அந்தப் பிள்ளைகள நடத்துறது, பேசுறது எல்லாமே. அதுனாலேயே அந்தப் பிள்ளைகளும் சரி நமக்கு கெடச்ச கெதி அம்புட்டுத்தாங்குற மாறி இருக்குங்க. காலைலயும், சாயங்காலமும் மடத்துல இருக்குற அத்தன வேலைகளையும் செய்யுங்க. இதெல்லாம் பார்த்த எனக்கு மனசு ரொம்பச் சங்கடப்பட்டுச்சு. என்ன கன்னியாஸ்திரிக இதுங்க. ஏழை

எளியவுங்களுக்குன்னு வந்தோம்ங்றாங்க. ஆனா இப்பிடி இருக்காகன்னு கோவமா வரும். செலசமயம் அவுககிட்டய கேள்விகேட்டுச் சண்டகூட போட்டுருக்கேன்.

இங்க இந்த சிஸ்டருங்கள இப்பிடிப் பாத்த பெறகும் எனக்கு இடயிலேயே மடத்துல சேரனும்னு தோணும். சேந்து வித்தியாசமா இருக்கனும்; இப்பிடி ஏழை எளியப் பிள்ளைகள ஆட்டிப்படைக்காம மத்தவுக மாறியே அவுகளயும் வச்சுக்கிடனும் –இப்பிடி ஆசை வந்துச்சு. ஆனா பிடிவாதமா நான் மடத்துக்குப் போகக்கூடாதுன்னும் எனக்கு நானே சொல்லிக்கிட்டிருந்தேன். சேசு மேல, மாதா மேல எல்லாம் ஒரு மாறியான பாசம் பக்தி மனசுக்குள்ள இருந்துச்சு. ஆனா அந்த சிஸ்டருக சாமியாருக சொல்றது வெறுப்பா இருந்துச்சு. என்னைக்காவது வெளியூர்ச் சாமியாரு வந்து சமுதாயத்தைப் பத்தி, மக்களப்பத்தி பேசும்போது மனசுக்குள்ள ஒரு ஆவலா இருக்கும். ஒரு மாறியான ஆசை உண்டாகும். அங்க இருக்கையிலதான் திடீர்னு என்னமோ, பைபிளப் பூரா ஒரு தடவயாவது வாசிச்சுப் பாத்துரனும்னு ரொம்ப ஆசையா இருந்துச்சு. அதனால தெனமுங் காலை, ராத்திரியில பழைய ஏற்பாடு, புதிய ஏற்பாடுன்னு வாசிச்சேன்.

கஸ்டப்படுற சனங்கமேலதான் கடவுள் ரொம்ப கருசனையா இருந்துருக்காரு. சேசு கூட அப்பேர்ப்பட்ட சனங்க கூடதான் இருந்துருக்கார்னு தெரிஞ்சுக்கிட்டேன். இப்பிடி யாருமே இதை எடுத்துச் சொல்லல. அதுவரைக்கும் சொன்னவுக பூராமே, கடவுள் அன்பானவர், இரக்கமானவர், சாந்தமானவர், பாவங்களை மன்னிப்பவர், பொறுமையானவர், மென்மையானவர், தாழ்ச்சி உள்ளவர், கீழ்ப்படிதல் உள்ளவர் இப்படியே தான் சொல்லித் தந்தாங்க. கடவுள் நீதியானவர், நேர்மையானவர், அநீதி கண்டு கோபப்படுபவர், போலித்தனத்தை எதிர்ப்பவர், ஏற்றத்தாழ்வு காட்டாதவர் –இப்பிடிப்பட்ட எதுவுமே அதுவரையில யாரும் சொல்லித்தரல. இந்த சேசுவுக்கும், நடமொறயில இருக்குற சேசுக்கும் ரொம்ப வித்தியாசம் இருக்குது. கஸ்டப்படுற சனங்ககிட்ட இப்படி இவரப் பத்தி சொல்லித் தராம சும்மா அர்த்தங்கெட்டதனமா தாழ்ச்சி, கீழ்ப்படிதல், பொறுமை, சாந்தம்னு சொல்லிக்கிட்டு கெடந்தாங்க.

கன்னியாஸ்திரிகள கொற சொல்லிட்டு இருந்த எனக்கு என்ன ஆச்சுன்னே தெரியல. நான் ஒரு சிஸ்டராகி கஸ்டப்படுற சனங்ககிட்ட, இந்த மாறியான சேசும் இருக்கார்னு சொல்லி அவுகள உசுப்பி உடனும்னு மனசுக்குள்ள ஆச வந்துச்சு. ஆனா சிஸ்டரானா இப்பிடி எல்லாஞ் செய்ய முடியாதுன்னும் தெரிஞ்சுக்கிட்டேன். ஆனாக்கூட வேண்டான்னு வலுக்

கட்டாயமா ஒதுக்குனாக் கூட என்னமோ அந்த நெனப்பு இன்னும் அதிகமாகிக்கிட்டே போனது. என்னடா வம்பா போச்சு. இம்புட்டு நாளா கன்னியாஸ்திரிகள வஞ்சுக்கிட்டு இருந்த எனக்கு இப்பம்போயி இப்பிடி ஒரு ஆசன்னு சங்கடமாவும் இருந்துச்சு.

இத வீட்லயும், தெரிஞ்ச ப்ரண்ட்ஸ்கிட்டயும் சொன்னா ஒருத்தர் கூட சம்மதிக்கல. எல்லாரும் நானு ஏதோ வெளாட்டு பண்ணிக்கிட்டு இருக்குதாத்தான் நெனச்சாக. எனக்குங்கூட அந்த நெனப்பு போயிட்டா நல்லா இருக்குமேன்னுதான் தோணுச்சு. அது போகனும்னு நெனைக்க நெனைக்க சேரனும்கிற நெனப்பு இன்னும் அதிகமாகிட்டேதான் போனது. அதனால எத்தனையோ பேரு புத்தி சொல்லியும், சேர வேண்டாம்னு அடுச்சு சொன்னப்பெறகும், பாத்துக்கிட்டு இருந்த வேலய ராஜினாமா பண்ணிட்டு போய் ஒரு மடத்துல சேந்துக்கிடடேன். அது எவ்வளவு பெரிய முட்டாள்தனம்னு இன்னைக்குத் தெரியுது. அன்னைக்கு ஒரு எழவும் புரியல. கண்ண மூடிட்டு போய் கெணத்துல உளுந்தமாறி உளுந்துட்டேன்.

உள்ள போனா அங்கயும் ஏமாத்தந்தான். மொத ஒரு மூணு வருசம் கொஞ்சம் பரவாயில்ல. கொஞ்சத்துக்குக் கொஞ்சமாச்சும் கஸ்டப்படுற சனங்களப்பத்தி சேசுவோட மனுசத் தன்மையும் பத்தி படிச்சோம். பேசுனோம். என்ன செய்யலாம் எப்பிடிச் செய்யலாம்னு ஒரு ஆர்வத்தோட சிந்திச்சுக்கிட்டு இருந்தோம், சிஸ்டரானப்பெறகு எது செய்யலாம் எப்பிடிச் செய்யலாம்னு ஒரே கனவுங் கற்பனையுமாத்தான் காலம் ஓடுச்சு. அந்த சபையத் தோற்றுவிச்ச அம்மாவைப்பத்தி படிச்சோம். அவுக எப்பிடி ஏழைப்பிள்ளைக மேல அக்கறையும் அன்பும் வச்சு அவுகளுக்காக வாழ்ந்து செத்துப்போனாகன்னு படிக்கும்போது நல்லாத்தான் இருந்துச்சு. அவுகமாறி நம்மளும் ஏழைகளுக்குத்தான் பாடுபடப்போறோம்னு, பாடுபடவேணும்னு மனசுக்குள்ள எக்கச்சக்கமான ஆச இருந்துச்சு.

என்னோட செபம், தியானம், சிந்தனை எல்லாமே இந்த மாறி ஒடுக்கப்பட்ட, அமுக்கப்பட்ட சனங்கமேலயும், நீதி நாயத்துக்காக போராடுன சேசு மேலயுந்தான் இருந்துச்சு. இப்பிடி இல்லாம வெறுமனே அலங்கார வார்த்தைகள்ள செவம் பண்ணிக்கிட்டு, வாழ்க்கைக்கும் செபத்துக்கும் வழிபாட்டுக்கும் சம்பந்தமே இல்லாம இருக்குறதுல அர்த்தமே இல்லன்னு பட்டுச்சு. இந்தமாறி நான் ஒணந்ததை மத்தவுககிட்டயும் சொல்லுவேன். அப்பிடி இல்லாம இருக்கும்போது ஏன்னு கேள்வியுங் கேட்டுருக்கேன். நம்ம நம்புறது ஒன்னும் செய்றது ஒன்னுமா இருக்கக்கூடாது. எத நம்புறோமோ அதச் சொல்லனும். அதச்

செஞ்சுகாட்டனும். அதுதான் மனுசத்தன்மை. மத்ததெல்லாம் வேசம் போடுறமாறித்தான். வேசம் போட்டு பொழைக்குறது எனக்குப் பிடிக்காது.

மனசுக்குள்ள எக்கச்சக்கமான ஆசைகள வச்சுக்கிட்டு மொத வாத்தப்பாடு எடுத்தேன். கஸ்டப்படுற சனத்தோட சனமா நம்மளுஞ் சேந்து, அவுகளுக்காக வாழ்ந்து செத்துப் போகனும்னு கெனாக்கண்டுக்கிட்டு வந்தேன். ஒரு பெரிய பள்ளிக்கொடத்துல பாடஞ் சொல்லிக் குடுக்கச் சொன்னாக. அங்கப் போனப்பெறகுதான், வெசயமே வெளங்குச்சு. பூரா பணக்காரப்புள்ளைங்க. மடமும் பணக்கார மடந்தான். அதனால கும்புட்ட சேசும் பணக்காரச் சேசுதான். கஸ்டப்படுற சனங்களுக்கும் கடவுளுக்கும் சம்பந்தமே இல்ல. இப்பிடிச் சம்பந்தமே இல்லாம ராவும் பகலுமா செவங்க, தெனம் பூச நன்மவேற. எனக்கு ஒரு எழவும் புரியல. கடவுள் எங்கிட்டுக் கெடக்குறார்னு தேடவேண்டிதாப்போச்சு.

சதா காலமும் கடவுள் ரொம்ப அன்பானவர்னு சொல்லிக் கிட்டு இருக்கிற இவுங்க மடத்துக்குள்ள அன்பக் காணோம். கடவுள் நிபந்தனை போடாம நம்மள அன்பு செய்றார்னு சொல்லிக்கிட்டாங்க. ஆனா மடத்துக்குள்ள இப்பிடி இப்பிடி இருந்தாத்தான், இன்னார் இன்னாருக்குத்தான் அன்புன்னு ஏகப்பட்ட கண்டிசன் இருக்குது. வெளிச் சனங்க பணம், படிப்பு, பகட்டோட வந்தா ஒரு அன்பு. இல்லன்னா வேற அன்புமா (அது அன்பான்னே தெரியல) இருக்குது. கடவுள் நீதி உள்ளவர்னு கத்தி கத்தி பேசறாங்க. பாடுறாங்க. ஆனா இந்த மடங்களுக்குள்ளேயோ, மடத்துக்காரங்களோட எந்த நிறுவனங்கள்ளயோ அநியாயந்தான் தலவிரிச்சு ஆடிக்குட்டு இருக்குது. நம்ம கடவுள், மன்னிக்கும் கடவுள்னு மனமுருகிக்கிட்டு சொல்லுறாங்க. உள்ளுக்குள்ள பாத்தா யாரடா, எப்படா, எப்பிடிடா குத்துவோம் கொதறுவோம்னு அலயுறாங்க. அவுக வார்த்தைகளே போதும். அம்பு கணக்கா தைக்கும். அவுக சௌகரியப்படி நடக்காத யாரையும் லேசுல உட்டுவைக்க மாட்டாங்க.

கடவுள் ஏழையாகப் பொறந்தாரு, வாழ்ந்தாரு, ஏழை யாகவே செத்தாருன்னு, கோயிலுக்குள்ள அவ்வளவு பக்திப் பரவசத்தோட பேசுறாங்க. ஆனா மடத்துக்குள்ளயோ பள்ளிக்கொடத்துக்குள்ளயோ தப்பித் தவறி ஏழை எளியவுக வந்துட்டா சள்ளுப் புள்ளுன்னு வெறிநாய்க உளுந்தமாறி உளுதுங்க. அந்நியாரமெல்லாம் எனக்கு "ஒருவனோட தோற்றத்தைக் கொண்டு அவன நடத்தினா பாவம்"ங்ற இந்த

வரிதான் நெனப்புக்கு வரும். இந்த வரியக்கூட வச்சு ஒருமணி ஆராதனை திருமணி ஆராதனன்னு வளவளன்னு செய்றாக.

இதே மாறித்தான் எத உண்போம், எதக் குடிப்போம்னு கவலப்பட வேண்டாம்னு சேசு சொன்னதையும் பிரமாதமா பேசி வியாக்கினஞ் செய்வாங்க. எல்லாங் கோயிலுகள்ள இல்லன்னா மீட்டிங்குகள்ளதான். வெளியே பாருங்களேன் – இன்னைக்கு என்ன தின்போம், நாளைக்கு என்ன திம்போம், இன்னைக்கு என்ன கெட்டுவோம், நாளைக்கு என்ன கெட்டுவோம்னு மெனக்கிட்டு ஒக்காந்து மணிக்கெணக்கா பேசிக்குவாங்க. இது என்ன பக்தி, விசுவாசம்னு எனக்கு மண்டயப் போட்டு கொழப்பும். கோயிலுக்குள்ள ஒரு கடவுள் வெளிய வந்தப்பெறகு வேற கடவுள். இப்பிடி பல கடவுளுகள வச்சுக்கிட்டு ரொம்ப திண்டாட்டமா இருந்துச்சு. ஆனா அவுக ரொம்ப கில்லாடித்தனமா அத்தன கடவுளையும் உண்டாக்கி சமாளிச்சுட்டு இருந்துடுறாங்க. இதுவும் தெறமதான் போங்க!

ஒன்னு எங்க கடவுள் பணக்காரக் கடவுள். அவரத்தான் நாங்க பின்பற்றி நடக்குறோம்னு சொல்லிட்டு அப்பிடி இருந்துட்டுப் போகனும். இல்லன்னா, எங்க கடவுள் மாட்டுக்கொட்டாயில பெறந்த ஏழைக் கடவுள். அவருமாறித்தான் நாங்களும்னு அப்பிடி இருக்க மொயற்சி பண்ணனும். இப்பிடி ஒண்ணச் சொல்லிக்கிட்டு இன்னொன்னச் செஞ்சுக்கிட்டு இருக்கிறது ரொம்ப அசிங்கம். இப்பிடி எம்புட்டு நாளைக்கு வேசம் போட்டு இருக்குறது? என்னால முடியல. ஏழாவது வருசத்துல மடத்த உட்டு வெளியே வந்துட்டேன். வேசம் போட்டு போட்டு வேசத்துக்கும் நெசத்துக்கும் வித்தியாசந் தெரியாமக் கண்டா இப்பிடி அலையுறாங்களோ என்னமோ!

இன்னைக்கு மடத்தை உட்டு வெளியே வந்தப்பெறகு, இந்தச் சாமியாரு, சிஸ்டர்களப் பாத்தா கோவம் வருது. மடத்துக்குள்ள போகாம இருக்குற வரைக்கும் இவுகளோட சங்கதி எதுவுந் தெரியாம இருந்தேன். போயிட்டு வந்தப்பெறகு இவுகளப்பத்தி, இவுகளோட மனுசத்தன்மை இல்லாத பக்தியப் பற்றி தெருஞ்சுக்கிட்டேன். சும்மானாலும் பக்தி, துறவறம், பரிசுத்த ஆவி, தேவ அழைத்தல், கற்பு, தரித்திரம், கீழ்ப்படிதல்னு சொல்லிக்கிட்டு, இவுக வாழ்ற வாழ்க்கையப் பாத்தா, பைபிள்ள வர்ர பரிசேயர் சதுசேயர், ஆயக்காரர், குருக்கள்தான் ஞாபகத்துக்கு வர்ராங்க. இன்னைக்கு சேசு வந்தார்னா அப்ப சொன்னதவிட இன்னுங் காரசாரமா கேப்பாரு இவுகள. அப்பிடிக் கேட்டாக்கூட இவுகளுக்கு ஒரைக்குமோ என்னமோ தெரியல.

இன்னைக்கு இங்க இருக்குற திருச்சபையப் பாத்தா, இது சாமியாருங்க, சிஸ்டருங்க இவுங்களோட சொந்த பந்தங்களோட திருச்சபையாத்தான் இருக்குது. சாமியாரு, சிஸ்டருங்க யாருன்னு பார்த்த பூரா மேச்சாதிகாரவுகளாத்தான் இருக்காக. அவுகதான் அதிகாரத்துல இருக்குறாக. கிறிஸ்தவ சனங்களப்பாத்தா பூரா ஏழ எளியதுகளா தலித்துகளா இருக்காக. அதிகாரத்தை வச்சுக்கிட்டு இப்பிடி இல்லாத ஏழ எளியதுகள அடக்கி, அவுககிட்ட குருட்டுத்தனமான பக்தி, விசுவாசம் இதை எல்லாம் திணிச்சு, கடவுள் பேர வச்சு இவுகள அடிமைகளாக்கிக்கிட்டு சொகுசா இருக்குறாங்க.

கஷ்டப்பட்டுக்கிட்டு இருக்குற மக்ககிட்ட கடவுள் பேரச் சொல்லி களவாங்குறாங்க. இவுங்க கண்ணத் தொறந்து பாத்துரக்கூடாதுன்னுட்டே, பக்தியா கண்ண மூடி செபஞ் செய்யுங்கண்ணு சொல்லித் தாராங்க. இவுகளுக்குச் சமமா, மனுசங்களா ஆயிரக் கூடாதுன்னுட்டே கையகட்டி, நெடுஞ் சாங்கடையா உளுந்து தெண்டனிட்டு பிராத்தனை பண்ணச் சொல்லித் தராங்க. இதென்ன எழவு பக்தி? இவுகளயே கடவுள்னு ஆக்கிக்கிட்டு அக்கிரமம் பண்ணிட்டு இருக்காக. கடவுள் எங்குட்டுப் போனாரோ. இப்ப கடவுள்னு சொல்லிக்கிட்டு திரியுறது இந்த சாமிமார்க, சிஸ்டருக, இவுக சொந்தக்காரருகதான்.

பச்சப்பிள்ளைகள ஏமாத்துறதுமாறி பூசையக்காட்டி, நன்மயைக்காட்டி, செபமாலை–நவ நாளக் காட்டி ஏமாத்திக்கிட்டு எத்தனை நாளைக்கு இருந்துருவாங்க? வளந்த பிள்ளைக வாயப்பொழந்து எல்லாத்தையுங் கேட்டுக்குட்டு தலையாட்டாதுக. தலித் சனங்க நெசத்தப் பாக்க ஆரம்புச்சுட்டாங்க. இம்புட்டு நாளா மிதிச்சு ஏறுற படிக்கல்லா இவுகள வச்சுக்கிட்டு இருந்தத கண்டு புடுச்சுட்டாங்க. கடவுள், பூசை, கோயில் பேரச்சொல்லி அவுகள அடிமைகளா ஆக்கிவச்சதை அறிஞ்சுக்கிட்டாங்க. இவுக பேரச் சொல்லி, அவுக ஒசந்துக்கிட்டு இவுகள எட்டி மிதிக்குற நெலமயை அனுபவிச்சிட்டாங்க. நம்மள மனுசங்களாகவே மதிக்காம, அவுகளோட வேசத்தனத்துக்கு மதத்த வச்சு வளச்சு போட்டுக்கிட்டதை ஒணந்துக்கிட்டாங்க.

கடவுள் இந்தமாறி இல்லியே, இப்பிடிச் சொல்லலையேன்னு இப்ப புருஞ்சுக்கிட்டாங்க. நம்மளும் கடவுளோட சாயலுல படைக்கப்பட்ட மக்கதான்னு ஒணந்துட்டாக. நொறுக்கி, நாசமாக்கி, அழிக்கப்பட்ட இந்தச் சாயல மறுபடியும் கொண் டாந்து, மனுச நேயத்தோட மான மரியாதையோட வாழனும்னு இவுககிட்ட புதுத் தெம்பு பெறந்திருக்கு. இதுதான் நெசமான பக்தின்னு மனசுக்குப்படுது.

8

ஒரு கிராமத்துல தலித்துப் பொண்ணா பெறந்து, வளந்து, படிச்சு, அஞ்சாறு வருசம் வேலயும் பாத்துட்டு, முன்னால சொன்னது கெணக்கா ஒரு மடத்துல சேந்தேன். இந்த மடத்துல சேர்ரதுக்கு முன்னால இந்த சபய உண்டாக்குன அம்மாளப் பத்தி படிச்சுத் தெருஞ்சுக்கிட்டேன். ஏழ எளிய சனங்க மேல இந்தம்மா எம்புட்டு அன்பு வச்சு, துணிச்சலா நின்னு ஏழப் பிள்ளைகளுக்குப் படிப்புச் சொல்லிக் குடுத்து அவுகள முன்னேத்தி உட்டுருக்காகன்னு தெருஞ்சு அவுக மேல எனக்கு ஒரு ஈடுபாடு வந்துச்சு. நம்மளும் நம்மளால முடிஞ்சவர நம்ம வாழ்க்கய பிரயோசனமா அர்த்தமுள்ள வெதத்துல வாழனும்னு ரொம்ப ஆசைப்பட்டுக்கிட்டுத்தான் மடத்துல சேந்தேன்.

சேந்தப் பெறகுதான் கொஞ்சங் கொஞ்சமா அங்க இருந்த நெசமான நெலவரம் தெரிய வந்துச்சு. மடத்துல சேரும்போது வீட்லயுஞ் சரி. தெருஞ்சவுகளுஞ்சரி சேரவேண்டாமுன்னு அம்புட்டு சொல்லிப் பாத்தாக. உள்ள பூரா வெசயம் வேறமாறித்தான் இருக்குமுன்னுஞ் சொன்னாக. ஆனா நாந்தான் என்னமோ பெரிசா சாதிக்கப் போறோம்னு கெனாக் கண்டுக்கிட்டு போய் சேந்தேன். சேந்தப்பெறகு தான் அவுக சொன்னது பூரா நெசந்தான்னு தெருஞ்சுக்கிட்டேன். சரி நம்மளால முடுஞ்சவர சமாளிச்சு இருந்து பாப்போமுன்னு இருந்தேன்.

மடத்துக்குள்ள ஒரு தனி ஒலகந்தான். நெறய்ய பேசுனோம். சேசுநாசாமி, மாதா, அந்தச் சபையோட ஒழுங்குமுறை, இப்பிடிப் பேசுனோம். நேரத்துக்கு நேரம் நல்லாத் தீவனந் தின்னோம். ஒழுங்குப்

பெரகாரம் முணுமுணுன்னு செவம் படிச்சோம். அந்தத் திருநா, இந்தத் திருநான்னு கொண்டாடி பொழுதனைக்கும் விருந்துவச்சு சாப்புட்டோம். எதச் சாப்புடுறது, எத உடுக்குறதுன்னு தெரியாது. அம்புட்டு வகவகயா இருக்கும். நெறய இதுகளுக்கு எனக்குப் பேரே தெரியாது. தெருஞ்சாலும் அந்தப் பேருக வாய்க்குள்ள நொழயாது. வசதின்னா அம்புட்டு வசதி.

சாப்பாடு இப்பிடின்னா, அங்க இருந்த கட்டடங்களும் அதுக்கு மேல. எங்க ஊர்ச் சனங்க பூரா குடியிருக்கலாம். அம்புட்டு பெரிய மடம், பள்ளிக்கொடம். எனக்குன்னா ஒரு மாதிரியா இருந்துச்சு. வெக்கமா இருக்கு. அதே சமயம் ஒருமாதிரி நாய்க்கமார்க வீடுகளுக்குள்ள போயிட்டமாதிரி இருக்குது. சொதந்தரமா நடமாடவோ, பேசவோ, திங்கவோ முடியல. அப்பிடி ஒரு ஒணர்வு.

சரி, தின்னுபோட்டு சும்மானாலும் இருக்க விதியா. அதுவுமில்ல. உள்ள சண்டக்காடு அப்பிடி வரும். ஒருத்திக்கொருத்தி பொறாமை, போட்டிப்பு, ஆங்காரம் இப்பிடின்னு எப்பப்பாரு சண்ட நெறியும். சூதுவாதோட இருந்தாத்தான் பொழைக்க முடியும். நெனைக்காதத நெனைச்சோம்பாங்க. சொல்லாததைச் சொன்னோம்பாங்க. அதுலயும் நித்திய வார்த்தைப்பாடு எடுக்காத வரைல, என்னமோ நம்ம பச்சப் பிள்ளை மாறி ஓடிக்கிட்டும், ஆடிக்கிட்டும், அவுக காலால இட்ட வேலைகள நம்ம தலையால செஞ்சுக்கிட்டும் அலையனும். எனக்குன்னா சீன்னு போச்சு. பெறகுஞ் சரி, நாம என்ன இதுக்கா வந்தோம். நமக்குன்னு ஒரு நோக்கமிருக்கு. நம்ம சனங்களுக்காகத்தான வந்தோம். இதுக எப்பிடியுங் கெடக்கட்டும்னு நெனச்சுக்கிட்டேன்.

அதுக்குங்கூட அங்க வழி இல்லன்னு பெறகு புருஞ்சு போச்சு. எப்பப்பாத்தாலும், எத எப்பிடி செஞ்சு எப்பிடித் திங்கலாம், எத எப்பிடி கொண்டாடி கூத்தடிக்கலாம், எதக் கட்டலாம், எத இடிக்கலாம், எத எங்க வாங்கலாம், விக்கலாம் —இப்பிடியேதான் பேச்சுப் பூராம். சனங்க ஏன் கஸ்டப்படுறாக, நாட்டு நடப்பு என்ன, சேசுநாசாமி சனங்களுக்கு என்ன செஞ் சாரு, நாம எதுக்கு கன்னியாஸ்திரிக ஆனோம், நம்மளால இந்த அநியாயத்த எப்பிடி நீக்கலாம்—இப்பிடி எதுவும் வாயில வராது.

மடத்துல அம்புட்டு கொட்டிக் கெடந்தாலும், வீடுகளுக்கு நாங்க லீவுக்குப் போயிட்டு வரும்போது எதுனாச்சும் கொண்டாரனும்னு எதிர் பாப்பாக. இவுக அந்தஸ்துக்குத் தக்கன நம்ம கொண்டுபோக முடியுமா? நம்மளுக்கு அம்புட்டு ஐவசு இருக்கா? அவுக அந்தஸ்துக்குத் தக்கன அது இதுன்னு கொண்டு போனா, ரொம்ப தடபுடலா இருப்பாக. இல்லன்னா யாரு எவருன்னு கூட கண்டுக்கமாட்டாக. நல்லா பெருத்த

துட்டுக்காரியா இருந்து, நாலு சாதிசனத்தோட செல்வாக்கா இருந்தா அதுக்கு ஒரு தனி மவுசுதான். இல்லன்னா நம்பள யாருஞ் சீந்தமாட்டாக.

சரி, மடந்தான் இப்பிடி, பள்ளிக்கொடம் நல்லா இருக்கும்னு நெனச்சா அது அதுக்குமேல. கிளாஸ்ல பூரா பணக்கார வீட்டுப் பிள்ளைக. நல்லா கொழுகொழுன்னு தின்னுபோட்டு வந்து ஒக்காந்திருக்குங்க. வெள்ளத் தோலா இருந்து, காருல வந்து எறங்கிட்டா போதும். இம்புட்டுக்கானு பிள்ளகூட, வேலக்காரப்பிள்ளைக சோறு தூக்கியாந்து குடுக்க, தின்னுபோட்டு குதியாட்டம் போடுங்க.

பேருக்கு நாலஞ்சு ஏழப்பிள்ளகள பள்ளிக் கொடத்துல சேப்பாக. இதுக பாவம் இந்த பணக்கார கும்பல்ல அஞ்சி, ஒடுங்கி, நடுங்கி மூலைல கெடக்குங்க. அப்பப்ப, இந்த ஏழைப்பிள்ளைகளப் பத்தி புகார் வரும். இதுக பக்கத்துல ஒக்காரமாட்டோம், இதுக கருப்பு, ஏழ, அசிங்கமா இருக்குதுக, நல்ல துணிமணி இல்லாததுகன்னு பணக்காரப் பிள்ளைக சொல்லுங்க. ஒரு டிராமா, டான்சுகள்ள ஏழைப்பிள்ளைக மாதிரி வேசம் போடக்கூட இந்தப் பணக்காரப் பிள்ளைகளுக்குப் புடிக்காதுன்னா பாத்துக்கொங்களேன். இதுகளுக்கு பாடம் சொல்லி குடுக்குறது தெண்டம்னு பட்டுச்சு. இதபத்தி மடத்துல மத்தவுககிட்ட பேசவும் முடியல. பேசுனா அதக் கேக்கவும் மாட்டாக.

எந்துருச்ச ஒடனே செவம், பூச, மதியச் செவம், சாயங் காலத்துல செவம், ராத்திரி செவம்னு பொழுதனிக்கும் செவந்தான். ஆனா இந்த செவத்துக்கும், வாழுற வாழ்க்கைக்கும், செய்யுற வேலைக்கும் சம்பந்தமே இல்ல. ஏதோ கடனேன்னு ஒருபக்கம் இப்பிடிச் செவங்க. அடுத்தபக்கம் இவுகளோட அந்தஸ்தும், ஆதிக்கமும் இவுகள கிறிஸ்தவுகன்னுகூட காட்டாது.

மூனு வார்த்தப்பாடுக எடுக்குறாக. அந்த மூனும் இவுகள சொதந்தரப்படுத்தி மக்கள மையமா வச்சு வாழ வழிசெய்யுதுன்னு சொல்லிக்குடுக்காக. ஆனா நெசத்துக்கு, இது மூனயும் வச்சே நம்பள மொடக்கிப்போட்டு அடிமைகளா ஆக்கிப் போடுறாக.

வெளியில இருக்கும்போது வறுமய அனுபவிச்சு, வறுமையுல வாடுற சனங்களோட வாழ்ந்திருக்கேன். ஆனா உள்ள போனா வறுமையோட தடத்தக்கூடப் பாக்க முடில. ஏழ எளிய சனங்களக்கூட பாக்க முடில. வசதியான கூண்டுக்குள்ள அடச்சுப் போட்ட மாதிரி, அதுக்குள்ளேயே சொகுசா வளய வளய வந்துட்டு இருக்கனும்.

எல்லாரையும் அன்பு செய்யனும் ஏன்னா. எல்லாரும் கடவுளோட பிள்ளைகன்னு அம்புட்டு பிரமாதமாப் பேசுவாக.

ஆனா இவுக பேசிப் பெழங்குறது, பள்ளிக்கொடத்துல சேக்குறது, ஒறவு கொண்டாடுறது – எல்லாமே பணக்காரக் கூட்டத்தோடதான். ஏழ எளியதுகள்ளாம் இவுகளுக்கு மனுசங்க மாறியே தெரியாது. நம்ம ஏதாவது இதப்பத்திப் பேசிட்டா, தேவ அழைத்தலு ஏழைகளுக்கு மட்டுமில்ல. பணக்காரர்களும் கடவுளோட மக்கள்தானேன்னு மறு வெளக்கஞ் சொல்றாக. ஏழைகள் என்னைக்கும் ஒங்களோடு இருப்பாகன்னு கடவுளே சொல்லி இருக்காருன்னு வெளக்கந்தாராங்க. சிரிக்கவா அழவான்னு முழிக்க வேண்டியதாயிருக்கு.

"கீழ்ப்படிதல்"னு சொல்லிச் சொல்லி நம்பள தலநிமுர உடாம அமுக்கிப்போடுவாக. நம்ம வயசுக்கு தகுந்தமாறி சிந்திக்கக் கூட உடமாட்டாக. நமக்குப் பதுலா அவுக சிந்திப்பாக. நாம செயல்படனுமாம். சின்னப் பிள்ளைக்கு இருக்குற சொதந்திரமும், உரிமையுங்கூட நம்மளுக்கு இருக்காது. எதுவும் எக்கேடு கெட்டுப் போகட்டும். எனிய ஒரு கிராமத்துக்கோ, ஏழப்பிள்ளைக படிக்கிற பள்ளிக்கொடத்துக்கோ அனுப்புங்கன்னு கேட்டா, "கீழ்ப்படிதல்", "விசுவாசம்" – இதச் சொல்லிப் பயங்காட்டி அவுக அனுப்புற எடத்துக்குத்தான் போகனும், அவுக சொல்றபடிதான் செய்யனும்னு அடம் பிடிக்குதுக. விசுவாசக் கண்ணோட பாக்கனுமாம். அவுக அதிகாரங் கொடிகட்டிப் பறக்குது. அந்த ஆணவத்துக்குப் பலியாவது எனியப் போல உள்ளவுகதான். இத எப்பிடி விசுவாசத்தோட பாக்குறதுன்னு வெளங்கல.

இவுகளோட மூனு வார்த்தப்பாடுகளுமே இவுகள சனங்க கிட்ட இருந்து, நெச வாழ்க்கையில இருந்து ரொம்ப தூரத்துக்குப் பிரிச்சு வெலக்கிவச்சு இவுக ஏதோ இன்னொரு ஒலகத்தச் சேந்தவுகன்னு காட்டுது.

மடத்துல சேந்து, கன்னியாஸ்திரி ஆறதுக்கு டிரெயினிங் குடுக்காக. அப்ப சொல்லிக் குடுக்கறதப் பாத்தா அம்புட்டு அருமையா இருக்கும். நம்ம ஒவ்வொருத்தரும் வித்தியாசமானவுக; நமக்குன்னு தனித்தன்ம இருக்குது; நம்பளபோல வேற ஒருத்தரு ஒலகத்துல இல்லவே இல்லன்னு சொல்லித்தாராக. கடவுள் அம்புட்டு ஸ்பெசலா ஒவ்வொருத்தரையும் படச்சார்னு வாய் நெறய பேசும்போது கேக்க நல்லாத்தான் இருக்குது.

ஆனா, நெச வாழ்க்கன்னு வரும்போது, இந்தமாதிரி எதுவும் இருக்காது. எல்லாரும் ஒரே அச்சுல ஊத்திச் செஞ் சமாதிரி இருக்கனும்னு எதிர்பாப்பாக. வேறமாதிரி சிந்திக்கவோ பேசிறவோ கூடாது. அவுக சொன்னதுதான் வேதவாக்குன்னு ஏத்துக்கனும். அப்பிடி ஏத்துக்காம ஏதாவது வித்தியாசமா பேசிட்டா போச்சு. ஒன்னோட கொழந்தப்பருவம் சரியில்ல, ஏதோ மிஸ்டேக்கு ஆகிப்போயிருக்குன்னு சொல்றாக. ஒங்க

குடும்பத்துல என்னமோ நடந்துருக்குன்னு என்னமோ ஜோசியம் பாக்குரது மாதிரி சொல்லிக்கிட்டுத் திரிகிறாக.

இதுமட்டுமில்லாம 'கீழ்ப்படிதல்,' 'தாழ்ச்சி' எதுவுமே இல்லன்னும் சொல்லி தேவன் ஒனிய அழைக்கல அப்பிடின்னு கண்டுபிடிச்சிட்டதா சொல்றாக. ஆக மொத்தத்துல, அவுக அமெரிக்கா, ஐரோப்பான்னு போயி கண்டதயும் படுச்சுட்டு வந்து, அதுக்குத் தக்கன நம்பள மாத்திப்போடனும்னு கண்ட மானிக்குப் பேசிக்கிட்டு இருப்பாக. அவுக படுச்ச படிப்புக்குள்ள நாம அடங்கிப் போகலன்னா தேவ அழைத்தல் சந்தேகமா இருக்குன்னு முடிவுக்கு வாராக. அவுக படிப்புக்குத் தக்கன நம்பள மாத்தனும். மொத்தத்துல நாம நாமளா இருக்கக் கூடாது. வேறாளா உருமாறி செதஞ்சுபோய் கெடக்கனுமாம். இந்த மாதிரி பைத்தியக்காரத்தனம் எங்கயாச்சும் இருக்கா?

மடத்துகள்ள நெறயப் பேருக்குத் தலித்துன்னாலே என்னன்னு தெரியல. தெரிஞ்சுவச்சிருக்குற கொஞ்சப்பேரும் அவுகள பத்தி ரொம்ப கேவலமாத்தான் நெனைக்காக, பேசுறாக. தலித்துகள இழிவா இவுக பேசும்போது நானு அப்பிடியே கூனி குறுகிப்போவேன். நானும் ஒரு தலித்துன்னு அவுகளுக்குத் தெரியாது. அவுககிட்ட இதச் சொல்லவும் எனக்குத் தைரியம் இல்ல அப்ப. சொல்லிட்டா எப்பிடி நடத்துவாகளோ, பேசுவா களோன்னு பயம்மா இருக்கும். தாழ்த்தப்பட்ட தலித் மக்களப் பத்தி இவுக பேசற பேச்சுக்களக் கேட்டா இவுக எப்பிடி ஏற்றத்தாழ்வு இல்லாத கடவுளோட ராச்சியத்த உண்டாக்குவாகன்னு நெனப்பேன்.

இவுக தலித்துகளப் பற்றி சொல்றது,

* "இந்த சனங்கள எப்பிடி நம்ம வீடுகளுக்குள்ள உட முடியும்? அப்பிடி நாம உட்டாக்கூட இவுக உள்ள வரமாட்டாக. ஏன்னா அவுகளுக்கேத் தெரியும் அவுக எங்க இருக்கனும்னு."

* "இதுங்களுக்கு நாம எதுவுமே செய்ய முடியாது. செய்யக் கூடாது. அப்பிடிச் செய்றது நல்ல பாம்புகளுக்கு ஒதவி செய்ற மாதிரி."

* "நாம நெனச்சு எதுவுஞ் செஞ்சாகூட இதுக முன்னேறாதுக. அப்பிடிப்பட்டதுக இதுக."

* "இதுக கூட இப்ப நல்லா டிரஸ் பண்ணிக்கிட்டு அலையுதுக. அதனால முன்ன மாதிரி இதுகள அடையாளம் கண்டுபிடிக்குறதுகூட கொஞ்சம் கஸ்டம் தான்."

* "இந்த சனங்களுக்குப் போயி கவர்மெண்டு சலுகை செய்யுது. படிப்பறிவு இல்லாத இதுகளுக்கு எதுக்கு இதெல்லாம்."

ஏதாவது அசிங்கமா, மோசமா இருக்குறதப் பத்தி பேசனும்னா அத ஹரிஜன்னு சொல்லிப் பேசுவாக. இப்பிடி அழுக்குப் பிடுச்சுப்போய் கெடக்குற இவுகளால என்ன சேவ செய்ய முடியும்? இம்புட்டையும் கேட்டுட்டு, பாத்துட்டு, அனுபவிச்சிட்டு, நானும் மேலக்குடி ஆளுமாதிரி ரொம்ப மேட்டுமையா இருந்தது மனசுக்குள்ள உறுத்திக்கிட்டே இருந்துச்சு.

மூனு வருசங் கழிச்சு எனிய வேற எடத்துக்கு மாத்துனாக. ஒரே மாசத்துக்குள்ள அஞ்சு எடத்துக்கு மாத்தி உட்டாக. இந்த மாத்தமெல்லாம் இஸ்பிரீத்துசாந்து வந்து சொல்லித்தான் செய்யுறதா சொல்றாக. ஆனா இந்த இஸ்பிரீத்துசாந்துக்கு இம்புட்டு தடுமாத்தம் ஏன்னு புரியல.

சரி, இம்புட்டுத்தடவ மாத்திட்டு கடேசியா ஏதாவது உறுப்பிடியா ஒரு பள்ளிக்கொடத்துலயோ, கிராமத்துலயோ போடுவாகன்னு பாத்தா, கடைசியா இன்னொரு பெரிய பணக்காரப் பள்ளிக்கொடத்துல சொல்லிக்குடுக்கப் போகச் சொன்னாக. ஏம்மனசே தாறுமாறா செதறிப் போச்சு. இப்பிடி அர்த்தங்கெட்டதனமா ஒரு டீச்சரா வந்து பணக்காரக் கூட்டத்துக்குச் சொல்லிக் குடுத்து அவுகள முன்னேத்தி உடுறதுக்கு தேவ அழைத்தல்னு ஒன்னு அவசியமான்னு பட்டுச்சு. இப்பிடி டீச்சரா வெளியவே இருக்கலாமேன்னு அடிக்கடி மனசுக்குப் பட்டுச்சு. அந்தப் பள்ளிக்கொடத்துல, பணக்காரப் பிள்ளைக சொல்றமாறி நாம கேக்கனும். அவுக இழுத்த இழுப்புக்கு பள்ளிக்கொடம் நடக்குது. இது என்ன இப்பிடின்னு கேட்டா, இதுல இருந்துதா சபைக்கு ஏகப்பட்ட வருமானம் வருதாம். அதுனால கண்ண மூடிட்டு இழுத்த இழுப்புக்குப் போகனுமாம்.

என்னடா இது வருமானத்துக்காக பள்ளிக்கொடங்களான்னு நெனச்சேன். இங்க வருமானம் எடுத்து வேற எங்குட்டோ தனியா சேவ செய்றாகளாம். சரி நீங்க வருமானம் எடுங்க, எனிய வேற மனுசங்களா இருக்குற எடத்துக்கு அனுப்புங்கன்னா, மறுபடியும், ‘கீழ்ப்படிதல்’ ‘விசுவாசம்’ இப்பிடிச் சொல்லி பயங்காட்டுராக.

ஒரு அஞ்சு மாசம் அங்ன பல்லக் கடுச்சுட்டு இருந்து பாத்தேன். அதுக்கு மேல தாக்குப்பிடிக்க முடியல. சும்மா வேசம் போட்டுக்கிட்டே ரொம்ப நாளைக்கு இருக்க முடியுமா? எண்ணெயுந் தண்ணியுமா எத்தன நாளைக்கு ஒட்டிக்கிட்டு இருக்குறது. ஆறாவது மாசத்துல இந்தச் சித்திரவத நமக்கு வேண்டாமின்னு பெட்டியத் தூக்கிட்டு மடத்த விட்டு வெளியே வந்துட்டேன். அப்பிடி வர்ரதுக்குள்ள நாம்பட்ட பாடு அந்த ஆண்டவனுக்குத்தான் வெளிச்சம். அம்புட்டு ஈஸியா உடமாட்டேன்னுட்டாக. எப்பிடியோ படாத கஸ்டப்பட்டு வீட்டுக்கு வந்துட்டேன். வந்தப் பெறகு படுற கஸ்டம் கொஞ்ச நஞ்சமல்ல.

9

மடத்துலருந்து துணிஞ்சு வெளிய வந்தப் பெறகு, என்னமோ நமக்குச் சம்மந்தமில்லாத எடத்துக்கு வந்துட்ட மாறி இருக்குது. மடத்துக்குள்ள பதுங்கிக்கெடந்து, வேளாவேளைக்குத் தின்னுபோட்டு எல்லா வசதியோடயும் வாழ்ந்த பெறகு, இப்ப இந்த ஒலகத்துல நானு தனிச்சுக்கெடந்து, இருக்க எடம், வேலவெட்டி, சோறுதண்ணி இப்பிடி எல்லாத்தையும் நானே தேடிக்கிட்டு கஸ்டப்படவேண்டிய நெலம.

எதக்கண்டாலும், யாரக்கண்டாலும் பயம்மா இருக்குது. எங்க போகனும்னாலும் ஒருமாதிரியா இருக்குது. வேல கெடைக்குறதும் குருதக்கொம்பா இருக்குது. பேப்பர்ல பாத்து வேலைக்கு எழுதிப் போட்டுத்தான் மொயற்சி செஞ்சுக்கிட்டு இருக்கேன். வேற நமக்கென்ன பணமா இருக்கு லஞ்சங்கெட்டி வேல வாங்குறதுக்கு? சிவார்சு செய்ய ஆளுங் கெடையாது.

இப்பிடித்தான், பேப்பர்ல பாத்து எழுதிப் போட்டதுல, ஒரு எடத்துல இருந்து இன்ட்ரி வந்துச்சு. போனேன். ஆயிரத்தெட்டு கேள்விகளக் கேட்டு, பரிச்சை எழுதவச்சுட்டு கடேசில என்னாச்சுன்னா சம்பளம் 400 ரூவாயாம். இந்த வெலவாசில நானூறு ரூவா எந்த மூலைக்குக் காணும்? ஆனா அந்த வேலையுங்கூட கெடக்கல. ஏன்னா நானு ஒரு தலித். அது நாடாருங்க வச்சு நடத்துற பள்ளிக்கொடம். நாடாத்திகளத்தான் எடுப்பாகளாம். இதுக்கு என்னத்துக்கு பெரிசா இன்ட்ரி அது இதுன்னு எல்லாத்தையுங் கூப்டுறானுகளோ தெரியல. நாடாக்கமாருக்கு மட்டும்னு பேப்பர்ல போட்டா நாங்க ஏன் போப்போறோம்?

இப்பிடி நாடாரு பள்ளிக்கொடங்கள்ள நாடாக்கமாரத்தான் எடுப்பாகளாம். நாய்க்கமாருக பள்ளிக்கொடங்கள்ள நாய்க்கமாரத்தான்

எடுப்பாகளாம். அய்யமார்க பள்ளிக் கொடங்கள்ள அய்யமார் பிள்ளைகளத்தான் எடுப்பாகளாம். இப்பிடிப் போனா தலித்துகள்ளாம் எங்க போய் மண்டய முட்டிக்கிறதுன்னு தெரியல. தலித்க பள்ளிக்கொடம்னு எங்கயும் இருக்குதான்னு எனக்குத் தெரியல.

சரி, வேற எங்கயும் நம்மள சீந்த மாட்டிக்காகன்னு சாமியாரு, சிஸ்டருமாருக வச்சு நடத்துற பள்ளிக்கொடங்கள்ள கேட்டா தலித் பிள்ளைகளச் சேத்தா அவுகளோட பள்ளிக்கொடத்தோட தரங்கொறஞ்சு போகும்றாங்க. எங்களயே தரங்கெட்டுப் போனவுகன்னுதான ஒதுக்குறாக. இதுல எப்பிடி, எங்க வேல வாங்கிப் பொழைக்குறதுன்னு மலப்பா இருக்குது.

வயசும் ஏறிக்கிட்டுப் போகுது. வேல வெட்டி இல்லாம வீட்டுல ஒக்காந்து வெட்டித் தீவனந் திங்க முடியுமா? அப்பிடி யேனாலும் தாய் தகப்பன் இருக்கறவரைக்குஞ்சரி. அவுக காலத்துக்குப் பெறகு நமக்குன்னு என்ன இருக்குது? யாரு இருக்கா? கூடப் பொறந்தது அதது பொழப்பத்தான் பாக்குதுக. நல்லாப் பழகுனவுகளும் எம்புட்டு நாளைக்கு நம்மளுக்கு ஒதவி செஞ்சுட்டு இருக்க முடியும்.

வேலைக்கு, பணத்துக்கு இம்புட்டுக் கஸ்டம்னா வெளிய தனியா நடமாட முடியாத கஸ்டம் வேற. பொம்பள தனியா நின்னாலேயே கண்ட பெயலும் வந்து பல்லக்காட்டிட்டு நிக்குறானுக. அவனுக பார்வையும், மூஞ்சியும் பாக்கையில வாந்தி வாரமாறி அருவெருப்பாவும், கோவமாவும் வந்தாலும், நம்ம தனியாளா என்ன செய்ய முடியுது? எம்புட்டோ சிந்திக்கிறோம். என்னென்னவெல்லாமோ நெனைக்குறோம். படிக்கிறோம். ஆனா நெச வாழ்க்கையில எல்லாமே மொரண்பாடாத்தான் அமையுது. பாதுகாப்பு இல்லாம பதறிப் பதறி அலஞ்சுக்கிட்டு இருக்க வேண்டிய நிர்ப்பந்தமா இருக்குது.

ஏழெட்டு வருசகாலமா இந்தமாறியான நெச வாழ்க்கையி லிருந்து ஒதுங்கியே கிடந்த பெறகு திடீர்னு இன்னைக்கு இதுல வந்து வாழுறது ரொம்ப சங்கட்டமாகத்தான் இருக்குது. மடத்துக்குள்ள இருந்துகிட்டு கஸ்டப்படுற சனங்க, நீதி, நியாயமுன்னு நாற்காலில ஒக்காந்து வளவளன்னு பேசலாம். அவுகளுக்காக இவுகளுக்காக செவஞ் செஞ்சு போட்டு வசதியா வாழலாம். ஆனா மக்கள்படுற வேதனைகள ஒணரக்கூட முடியாது அங்க.

இப்ப நா அனுபவிக்கேன். பசின்னா என்ன, நோய்நொடிப் பட்டு தனியா கெடந்து அவஸ்தப்படுறதுன்னா என்ன, பைசா கையில இல்லாம முழிபிதுங்கி நிக்குறதுன்னா என்ன, பாதுகாப்பு இல்லாம தெருவுல நிக்குறதுன்னா என்ன, துணி மணி இல்லாம சங்கடப்படுறதுன்னா என்ன, யாருமே இல்லாம தனியாக அனாத

கெனக்கா கெடக்குறதுனா என்ன, பதவியோ அந்தஸ்தோ பணமோ அதிகாரமோ எதுவுமே இல்லாம இந்த வாழ்க்கையில எதிர் நீச்சல் போடுறதுன்னா என்னன்னு இன்னைக்கு எனக்குத் தெரியுது. அதுக்காக நான் மடத்தை, அதோட சுக போகங்களை உட்டுட்டு வந்துட்டேன்னு கவலப்பட்டுக்கல்ல. என்ன இருந்தாலும் அது ஒரு போலித்தனமான வாழ்க்கத்தான். எப்பப்பாருங்க அவுகளுக்கு இவுகளுக்குன்னு வேசம் போட்டுக்கிட்டே திரியனும். இருவத்தி நாலுமணி நேரமும் வேசம் போட்டுக்கிட்டே அலய முடியுமா.

மடத்துக்குள்ள இருந்தப்ப, சாதாரண மக்களுக்கு நாம அந்நிய மனுசங்களாவும், நமக்கு அவுக அந்நிய மனுசங்களாவுந்தான் இருந்துச்சு. ஏன்னா, அப்ப நமக்குன்னு ஒரு அந்தஸ்து, பணம், வசதி இப்பிடி நெறய்ய மேட்டுமத்தனம் இருந்ததுனால அவுக நம்மகிட்ட ஒட்ட முடியல. இப்ப நமக்குன்னு எதுவும் இல்லாம, நம்பளும் அவுகளப்போல இருக்குறதுனால அவுகளுக்கும் நம்மக்கிட்ட பேசிப் பெழங்க முடியுது. நம்பளுக்கும் அவுங்ககிட்ட சர்வசாதாரணமா பழக முடியுது.

மடத்துகள்ள என்ன மாயமந்தரஞ் செய்றாகளோ, ஒரு ஏழெட்டு வருசத்துக்குள்ள மூளய கலக்கி மழுங்கடுச்சு ஒருவழியா நம்பள வேத்தாளா மாத்திப் போடுறாக. அதுதான் வெளிய வந்தபெறகு வாழுறதுக்கு தடங்கலா இருக்குது. அதத் தொறக்கனும் இதத் தொறக்கனும் இப்பிடி இருக்கனும் அப்பிடி இருக்கனும்னு கண்டத களியதச் சொல்லி கடேசியா நம்பளுக்கே நம்ம வேத்தாளுமாறியா ஆகிப் போறோம். உள்ளுக்குள்ளயே ஒரு தனி ஒலகத்துக்குள்ள நாம அடஞ்சு கெடக்குறதுனால, வெளி ஒலகத்துக்கு வந்தபெறகு, அதோட வேகத்துக்கு ஈடுகுடுக்க முடியாம தன்னால தெணறித் திண்டாட வேண்டி இருக்கு. நம்பள முழுசா ஆள்மாறாட்டஞ் செய்றதுதான் அவுகளோட கில்லாடித்தனம்.

மடத்துல சேரும்போது வைரம்பாஞ்ச தேக்கு மரங் கெணக்கா இருந்தேன். மனசுலயுஞ் சரி ஒடலுலயுஞ் சரி அம்புட்டுத் தெடமா இருந்தேன். ஆனா வெளிய வந்தப்பெறகு லேசா வீசுற காத்துக்குக்கூட சாஞ்சுபோகும் முருங்க மரங்கெணக்கா பலமத்துப் போனேன். உள்ள சேந்தப்பெறகுதான் எங்குட்டு கெடக்குற சீக்கு நோக்கெல்லாம் வந்து ஒட்டுச்சு. மனசுங்கெடந்து பலமாறி இடிபட்டு, அடிபட்டு, நொந்து அர உசிருங் கொற உசிருமா ஆகிப்போச்சு. இப்பிடி அரையுங் கொறையுமா இருந்துகிட்டு என்ன சேவ செய்ய முடியும்?

யார் செஞ்ச புண்ணியமோ, புத்தி வந்து வெளியவந்துட்டேன். வந்து வாழுறது கஸ்டம்னாலும், மனசு சுத்தமா, நேர்மையா வாழ்றது சந்தோசமாத்தான் இருக்குது. நாலு சனத்தோட

சனமா சாதாரணமா வாழ்றதுல ஒரு நிம்மதியும் இருக்குது. தண்ணில இருந்து தூக்கி எறிஞ்ச மீனு கெணக்கா உள்ள தத்தழுச்சுப் போயி இன்னைக்கு மறுவடியும் தண்ணிக்குள்ள வந்த மீனு கெணக்கா சொதந்தரமா, சொகம்மா மூச்சு உட முடியுது. மடத்துக்குள்ள இருந்து சேவை கீவைன்னு பேசறது சொல்றதுல எல்லாம் எனக்குச் சுத்தமா நம்பிக்கை இல்லாமப் போச்சு. ஏதோ பணத்தையும், படிப்பையும், அதிகாரத்தையும், அந்தஸ்தையும் வச்சுக்கிட்டு மேட்டுமத்தனமா அலையலாம். சேவை செய்றோம்னு சொல்லிக்கிட்டு திரியலாம். ஆனா மனுசத்தன்மையே இல்லாம செய்றது என்ன பெரிய சேவை?

இப்பப் பல மாறி யோசன வருது. செறகொடிக்கப்பட்ட பறவ கெணக்கா இருக்கேன். செறகொடிக்கப்பட்டப் பெறகு கூண்டுக் குள்ள கெடந்தாத்தான் அதுக்கு பாதுகாப்பு. கூண்டவிட்டு வெளிய வந்தா, பறக்க முடியாம பட்டு பட்டுன்னு அடுச்சுக்கிட்டு பரிதாபமா அலைய வேண்டியது தான். அப்பிடித்தான் நான் இருக்கேன்.

கண்டத களியதச் சொல்லி மடத்துக்குள்ள இருந்தப்ப எனிய வெட்டி, செதுக்கி, ஊனமாக்கிப் போட்டாக. இன்னைக்கு வெளிய வந்துட்டு தத்தக்கா புத்தக்கான்னு அலயுறேன். இந்த வயசுல இப்பிடி அலயுறதுதான் வேதனையா இருக்குது.

ஒடிக்கப்பட்ட செறகுகள் திரும்பவும் வளந்து வலுப் பெத்து, நானும் நாலுபேரப் போல என்னைக்குப் பறக்க ஆரம்பிப்பேனோ தெரியல. செறகு இல்லாத பறவயக் கண்டா, கண்டதுங் கல்லக்கொண்டு எறிஞ்சு காயப்படுத்துற மாதிரி, என்னையும் ஏகப்பட்டப்பேரு வார்த்தையினால, செயலுனால காயப்படுத்துறாக. அம்புட்டையுந் தாங்கிக்கிட்டு நானும் அடிமேல அடிவச்சு நகந்துக்கிட்டு இருக்கேன்.

நாம நல்லா இருந்த காலத்துல நம்மள ஒட்டிக்கிட்டு இருந்தவுகள்ளாம் இப்ப பிச்சுக்கிட்டுப் போயிட்டாக. நாம காயப்பட்டுப் போன ஆளுன்னு தெருஞ்சுட்டா நாலு பேரு கொணப்படுத்துற மாதிரி வந்து புண்ணக் குத்திவிட்டு வேடிக்க பாக்குறாக. இம்புட்டு வேதன இருந்தாலும் அடிமனசுக்குள்ள என்னமோ ஒரு சந்தோசம் இருக்கத்தான் செய்யுது. ஒரு தெம்பு, ஒரு வீம்பு இருக்குது. வாழ முடியும்னு ஒரு நம்பிக்கையும், வாழனும்னு ஒரு ஆசையும் இருக்கத்தான் செய்யுது.

இப்போதைக்கு வழிவக ஒன்னுந் தெரியல. இருந்தாலும், நாலு பேருக்கு பிரயோசனப்படுற மாதிரி, அர்த்தத்தோட வாழமுடியும்னு நெனைக்கிறேன். போலித்தனமா சிரிச்சுக்கிட்டு வாழுறத விட, நெசத்துக்கு அழுதுக்கிட்டே வாழுறது பரவாயில்லன்னு மனசத் தேத்திக்கிட்டு இருக்கேன்.

பின்னிணைப்பு

என்னுரை

இரம்பம் போல இருக்கும் பனங்கருக்குக்கும், என் வாழ்வுக்கும் சம்பந்தம் நிறைய உண்டு. விறகு பொறுக்கச் சென்ற காலங்களில் பனங்கருக்கினைப் பொறுக்கி எடுத்து, அதைக் கொண்டு விளையாடி தோலைக் கீறிக்கொண்டது மட்டுமின்றி இப்புத்தகத்தின் கருவாக உருக்கொண்டதுங் கூடத்தான்.

வாழ்க்கையின் பல நிலைகளில், பனங் கருக்குப்போல என்னை அறுத்து இரணமாக்கிய நிகழ்வுகள், என்னை அறியாமையில் ஆழ்த்தி முடக்கிப்போட்டு மூச்சுத்திணற வைத்த அநீதி சமுதாய அமைப்புக்கள், இவற்றை உடைத்தெறிந்து அறுத்தொழித்து விடுதலை பெற வேண்டும் என்று எனக்குள் எழுந்த சுதந்திர பிரளயங்கள், இவை சிதறடிக்கப்பட்டு சின்னாபின்னமாக்கப்பட்ட சந்தர்ப்பங்களில் எனக்குள் கொப்பளித்துச் சிந்திய குருதி வெள்ளங்கள் எல்லாம் சேர்ந்ததுதான் இப்புத்தகத்தின் கரு.

என் போன்ற இன்னும் பிற தலித் நெஞ்சங்கள் நீதியும், சமத்துவமும், அன்பும் நிறைந்த புதியதொரு சமுதாயம் அமைக்க வேண்டும் என்ற வேட்கையுடன் இருக்கின்றனர். நொறுக்கப்பட்ட இவர்கள் இருபுறமும் கூரான கருக்குப்போல இருந்து, இவர்களை நொறுக்குபவர்களை அறுத்துக் கொண்டிருக்கிறார்கள்.

இறைவனின் வார்த்தையை புனித சின்னப்பர் இருபுறமும் கூர்மையான வாள்போன்றது என்று

சொன்னாலும், பிறரை அடிமைப்படுத்தி, அடக்கிச் சுகந்தேடும் பலரது இறுகிப்போன இதயங்களில் அது எந்தவித தாக்கத்தையும் ஏற்படுத்துவதில்லை.

இந்நிலையை மாற்ற உரிமையைப் பறிகொடுத்த ஒவ்வொரு தலித்தும் இதயத்தை ஊடுருவும் இறைவார்த்தைகளாகச் செயல்படவேண்டும். மேலும் மேலும் மழுங்கடிக்கப்பட்டுப் போகாமல் ஒன்றுபட்டு, சிந்தித்து, உரிமைக்காகப் போராட வேண்டும்.

இப்புத்தகத்தின் கருவினை இனங்கண்டு அதற்கு உருக்கொடுக்க உற்சாகமூட்டி எழுத வைத்தவர் அருட்திரு. மாற்கு அவர்கள். ஒவ்வொரு தலைப்பினையும் அக்கறையோடு சிந்திக்கத் தூண்டி, எழுத துணைநின்றது மட்டுமின்றி, அதனைப் புத்தக வடிவில் வெளிக்கொணரவும் முழுமூச்சாக உழைத்து, இதற்கு ஒரு முன்னுரையும் எழுதிச் சிறப்பித்துள்ளார். அவருக்கு நான் பலவகைகளில் நன்றிக்கடன் பட்டிருக்கிறேன்.

ஊக்கமளித்து, உற்சாகமூட்டிய மற்றும் சில நண்பர்களில் முக்கியமானவர் அருட்திரு. மி. ஜெயராஜ் அவர்கள், ஐடியாஸ் மையத்தின் வெளியீடாக இதனைக் கொண்டுவர அனுமதித்து ஆவனசெய்த அவருக்கும், அழகாக அட்டைப்படம் வரைந்து கொடுத்த அருட்திரு. விக்டருக்கும், சிறப்பாக அச்சிட்டுத் தந்துதவிய எப்.சி. அச்சகத்தாருக்கும் என்னிதய நன்றியைச் சமர்ப்பிக்கிறேன்.

1.8.1992 **பாமா**

(முதற்பதிப்பில் இடம்பெற்றது)